한국어(tiếng Hàn)

동사(động từ) 290

형용사(Tính từ) 137

tiếng Việt(베트남어)
bản dịch(번역판)

< 저자(tác giả) >

㈜한글2119연구소

• 연구개발전담부서

• ISO 9001 : 품질경영시스템 인증

• ISO 14001 : 환경경영시스템 인증

• 이메일(thư điện tử) : gjh0675@naver.com

< 동영상(video) 자료(tài liệu) >

HANPUK_tiếng Việt(việc biên dịch)
https://www.youtube.com/@HANPUK_Vietnamese

HANPUK

제 2024153361 호

연구개발전담부서 인정서

1. 전담부서명: 연구개발전담부서

　 [소속기업명: (주)한글2119연구소]

2. 소　재　지: 인천광역시 부평구 마장로264번길 33
　　　　　　　 상가동 제지하층 제2호 (산곡동, 뉴서울아파트)

3. 신고 연월일: 2024년 05월 02일

과학기술정보통신부

「기초연구진흥 및 기술개발지원에 관한 법률」 제14조의
2제1항 및 같은 법 시행령 제27조제1항에 따라 위와 같이
기업의 연구개발전담부서로 인정합니다.

2024년 5월 13일

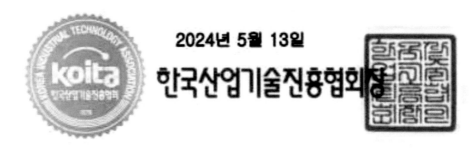

한국산업기술진흥협회장

G-CERTI *Certificate*

hereby certifies that

Hangul 2119 Research Institute Co., Ltd.

Rm. 2, Lower level, Sangga-dong, 33, Majang-ro 264beon-gil, Bupyeong-gu, Incheon, Korea

meets the Standard Requirements & Scope as following

ISO 9001:2015
Quality Management Systems

Creation of Media Content, Publication of Korean Paper and Electronic Textbooks, Production and Release of Albums for Korean Language Education

Certificate No: GIS-6934-QC   Code   : 08, 39
Initial Date   : 2024-05-21   Issue Date   : 2024-05-21
Expiry Date   : 2027-05-20   Valid Period : 2024-05-21 ~ 2027-05-20

Signed for and on behalf of GCERTI
President I.K Cho

G-CERTi
SYSTEM SERVICE
MSCB-113

IAS ACCREDITED
Management Systems
Certification Body
MSCB-113

G-CERTI *certificate*

hereby certifies that

Hangul 2119 Research Institute Co., Ltd.

**Rm. 2, Lower level, Sangga-dong, 33, Majang-ro 264beon-gil,
Bupyeong-gu, Incheon, Korea**

meets the Standard Requirements & Scope as following

ISO 14001:2015
Environmental Management Systems

**Creation of Media Content, Publication
of Korean Paper and Electronic Textbooks, Production and
Release of Albums for Korean Language Education**

Certificate No: GIS-6934-EC **Code** **: 08, 39**
Initial Date   **: 2024-05-21** **Issue Date**   **: 2024-05-21**
Expiry Date   **: 2027-05-20** **Valid Period : 2024-05-21 ~ 2027-05-20**

Signed for and on behalf of GCERTI
President I.K.Cho

Certificate of Registration Certificate of Registration Certificate of Registration

< 목차(mục lục) >

1 한국어(tiếng hàn) 동사(động từ) 290 ----------------------------------- 1

2 한국어(tiếng hàn) 형용사(Tính từ) 137 --------------------------------- 75

3 필수(sự bắt buộc) 문법(ngữ pháp) -- 152

4 참고(sự tham khảo) 문헌(tư liệu) -- 176

한국어(tiếng Hàn)

동사(động từ) 290

(1) 들리다 [deullida]

được nghe, bị nghe

Âm thanh được nhận biết qua tai.

quá khứ : 들리 + 었어요 → 들렸어요
hiện tại : 들리 + 어요 → 들려요
tương lai : 들리 + ㄹ 거예요 → 들릴 거예요

(2) 메다 [meda]

đeo, gùi

Đưa đồ vật đặt lên lưng hay vai.

quá khứ : 메 + 었어요 → 멨어요
hiện tại : 메 + 어요 → 메요
tương lai : 메 + ㄹ 거예요 → 멜 거예요

(3) 보이다 [boida]

được thấy, được trông thấy

Biết được sự tồn tại hay hình thái của đối tượng bằng mắt.

quá khứ : 보이 + 었어요 → 보였어요
hiện tại : 보이 + 어요 → 보여요
tương lai : 보이 + ㄹ 거예요 → 보일 거예요

(4) 귀여워하다 [gwiyeowohada]

yêu quý, yêu mến

Đối xử một cách đáng yêu và quý mến động vật hay người ít tuổi hơn mình.

quá khứ : 귀여워하 + 였어요 → 귀여워했어요
hiện tại : 귀여워하 + 여요 → 귀여워해요
tương lai : 귀여워하 + ㄹ 거예요 → 귀여워할 거예요

(5) 기뻐하다 [gippeohada]

vui mừng, vui sướng

Vui và thấy tâm trạng tốt.

quá khứ : 기뻐하 + 였어요 → 기뻐했어요
hiện tại : 기뻐하 + 여요 → 기뻐해요
tương lai : 기뻐하 + ㄹ 거예요 → 기뻐할 거예요

(6) 놀라다 [nollada]

giật mình, ngỡ ngàng, hết hồn

Căng thẳng hay tim đập mạnh trong chốc lát vì sợ hãi hoặc gặp phải việc bất ngờ.

quá khứ : 놀라 + 았어요 → 놀랐어요
hiện tại : 놀라 + 아요 → 놀라요
tương lai : 놀라 + ㄹ 거예요 → 놀랄 거예요

(7) 느끼다 [neukkida]

cảm thấy

Nhận biết được sự kích thích nào đó thông qua cơ quan cảm giác như da hay mũi.

quá khứ : 느끼 + 었어요 → 느꼈어요
hiện tại : 느끼 + 어요 → 느껴요
tương lai : 느끼 + ㄹ 거예요 → 느낄 거예요

(8) 슬퍼하다 [seulpeohada]

đau buồn

Thấy đau lòng và day dứt đến ứa nước mắt.

quá khứ : 슬퍼하 + 였어요 → 슬퍼했어요
hiện tại : 슬퍼하 + 여요 → 슬퍼해요
tương lai : 슬퍼하 + ㄹ 거예요 → 슬퍼할 거예요

(9) 싫어하다 [sireohada]

ghét

Không hài lòng hoặc không muốn cái nào đó.

quá khứ : 싫어하 + 였어요 → **싫어했어요**
hiện tại : 싫어하 + 여요 → **싫어해요**
tương lai : 싫어하 + ㄹ 거예요 → **싫어할 거예요**

(10) 안되다 [andoeda]

không ổn

Công việc hay hiện tượng... không được tốt đẹp.

quá khứ : 안되 + 었어요 → **안됐어요**
hiện tại : 안되 + 어요 → **안돼요**
tương lai : 안되 + ㄹ 거예요 → **안될 거예요**

(11) 좋아하다 [joahada]

thích

Có cảm giác tốt đẹp về cái gì đó.

quá khứ : 좋아하 + 였어요 → **좋아했어요**
hiện tại : 좋아하 + 여요 → **좋아해요**
tương lai : 좋아하 + ㄹ 거예요 → **좋아할 거예요**

(12) 즐거워하다 [jeulgeowohada]

vui vẻ, hứng khởi

Thấy thỏa mãn và vui mừng.

quá khứ : 즐거워하 + 였어요 → **즐거워했어요**
hiện tại : 즐거워하 + 여요 → **즐거워해요**
tương lai : 즐거워하 + ㄹ 거예요 → **즐거워할 거예요**

(13) 화나다 [hwanada]

giận

Tâm trạng xấu đi vì rất bực bội hay không vừa ý.

quá khứ : 화나 + 았어요 → **화났어요**
hiện tại : 화나 + 아요 → **화나요**
tương lai : 화나 + ㄹ 거예요 → **화날 거예요**

(14) 화내다 [hwanaeda]

nổi giận

Tâm trạng hết sức bị tổn thương nên thể hiện tình cảm giận dữ.

quá khứ : 화내 + 었어요 → **화냈어요**
hiện tại : 화내 + 어요 → **화내요**
tương lai : 화내 + ㄹ 거예요 → **화낼 거예요**

(15) 자랑하다 [jaranghada]

khoe mẽ, khoe khoang, khoe

Nói hoặc tỏ vẻ thể hiện cho người khác thấy bản thân mình hay người hoặc cái có liên quan đến mình là đáng được khen ngợi.

quá khứ : 자랑하 + 였어요 → **자랑했어요**
hiện tại : 자랑하 + 여요 → **자랑해요**
tương lai : 자랑하 + ㄹ 거예요 → **자랑할 거예요**

(16) 조심하다 [josimhada]

thận trọng, cẩn thận

Chú ý trong hành động hay lời nói để không gặp phải việc không tốt.

quá khứ : 조심하 + 였어요 → **조심했어요**
hiện tại : 조심하 + 여요 → **조심해요**
tương lai : 조심하 + ㄹ 거예요 → **조심할 거예요**

(17) 늙다 [neukda]

già, luống tuổi, cao tuổi

Có nhiều tuổi.

quá khứ : 늙 + 었어요 → 늙었어요
hiện tại : 늙 + 어요 → 늙어요
tương lai : 늙 + 을 거예요 → 늙을 거예요

(18) 못생기다 [motsaenggida]

xấu xí, khó nhìn

Bộ dạng không đẹp, không ưa nhìn.

quá khứ : 못생기 + 었어요 → 못생겼어요
hiện tại : 못생기 + 어요 → 못생겨요
tương lai : 못생기 + ㄹ 거예요 → 못생길 거예요

(19) 빼다 [ppaeda]

giảm, bớt

Giảm béo hay trọng lượng cơ thể...

quá khứ : 빼 + 었어요 → 뺐어요
hiện tại : 빼 + 어요 → 빼요
tương lai : 빼 + ㄹ 거예요 → 뺄 거예요

(20) 잘생기다 [jalsaenggida]

ưa nhìn, bắt mắt

Đẹp, dung mạo đẹp.

quá khứ : 잘생기 + 었어요 → 잘생겼어요
hiện tại : 잘생기 + 어요 → 잘생겨요
tương lai : 잘생기 + ㄹ 거예요 → 잘생길 거예요

(21) 찌다 [jjida]

béo ra, mập ra

Thịt bám ở thân mình, trở nên béo tròn.

quá khứ : 찌 + 었어요 → **쪘어요**
hiện tại : 찌 + 어요 → **쪄요**
tương lai : 찌 + ㄹ 거예요 → **찔 거예요**

(22) 못하다 [motada]

làm không được, không làm được

Làm cho việc nào đó không đạt đến được trình độ nhất định hoặc không có năng lực để làm việc đó.

quá khứ : 못하 + 였어요 → **못했어요**
hiện tại : 못하 + 여요 → **못해요**
tương lai : 못하 + ㄹ 거예요 → **못할 거예요**

(23) 잘못하다 [jalmotada]

sai lầm, sai sót

Làm sai hoặc không đúng.

quá khứ : 잘못하 + 였어요 → **잘못했어요**
hiện tại : 잘못하 + 여요 → **잘못해요**
tương lai : 잘못하 + ㄹ 거예요 → **잘못할 거예요**

(24) 잘하다 [jalhada]

giỏi giang, làm tốt

Làm đúng và chính xác.

quá khứ : 잘하 + 였어요 → **잘했어요**
hiện tại : 잘하 + 여요 → **잘해요**
tương lai : 잘하 + ㄹ 거예요 → **잘할 거예요**

(25) 가다 [gada]

đi

Di chuyển địa điểm từ một nơi sang nơi khác.

quá khứ : 가 + 았어요 → 갔어요
hiện tại : 가 + 아요 → 가요
tương lai : 가 + ㄹ 거예요 → 갈 거예요

(26) 가리키다 [garikida]

hỉ, chỉ trỏ

Hướng ngón tay hay đồ vật về hướng hay đối tượng nào đó cho người khác biết cái đó.

quá khứ : 가리키 + 었어요 → 가리켰어요
hiện tại : 가리키 + 어요 → 가리켜요
tương lai : 가리키 + ㄹ 거예요 → 가리킬 거예요

(27) 감다 [gamda]

nhắm (mắt)

Khép mắt lại bằng mi mắt.

quá khứ : 감 + 았어요 → 감았어요
hiện tại : 감 + 아요 → 감아요
tương lai : 감 + 을 거예요 → 감을 거예요

(28) 걷다 [geotda]

bước đi, đi bộ

Nhấc thay phiên (hai) chân lên khỏi mặt đất để vừa di chuyển vừa dịch chuyển vị trí.

quá khứ : 걷 + 었어요 → 걸었어요
hiện tại : 걷 + 어요 → 걸어요
tương lai : 걷 + 을 거예요 → 걸을 거예요

(29) 걸어가다 [georeogada]

bước đi

Đi bằng hai chân để di chuyển đến nơi cần đến. Đi bộ đến.

quá khứ : 걸어가 + 았어요 → 걸어갔어요
hiện tại : 걸어가 + 아요 → 걸어가요
tương lai : 걸어가 + ㄹ 거예요 → 걸어갈 거예요

(30) 걸어오다 [georeooda]

bước đến

Di chuyển bằng chân, hướng tới đích cần đến.

quá khứ : 걸어오 + 았어요 → 걸어왔어요
hiện tại : 걸어오 + 아요 → 걸어와요
tương lai : 걸어오 + ㄹ 거예요 → 걸어올 거예요

(31) 꺼내다 [kkeonaeda]

rút ra, lôi ra, lấy ra

Khiến cho đồ vật đang ở trong ra ngoài.

quá khứ : 꺼내 + 었어요 → 꺼냈어요
hiện tại : 꺼내 + 어요 → 꺼내요
tương lai : 꺼내 + ㄹ 거예요 → 꺼낼 거예요

(32) 나오다 [naoda]

ra

Từ trong ra bên ngoài.

quá khứ : 나오 + 았어요 → 나왔어요
hiện tại : 나오 + 아요 → 나와요
tương lai : 나오 + ㄹ 거예요 → 나올 거예요

(33) 내려가다 [naeryeogada]

đi xuống

Đi từ trên xuống dưới.

quá khứ : 내려가 + 았어요 → 내려갔어요
hiện tại : 내려가 + 아요 → 내려가요
tương lai : 내려가 + ㄹ 거예요 → 내려갈 거예요

(34) 내려오다 [naeryeoooda]

xuống

Từ nơi cao xuống nơi thấp hoặc từ trên xuống dưới.

quá khứ : 내려오 + 았어요 → 내려왔어요
hiện tại : 내려오 + 아요 → 내려와요
tương lai : 내려오 + ㄹ 거예요 → 내려올 거예요

(35) 넘어지다 [neomeojida]

ngã, đổ

Người hay vật đang đứng bị mất trọng tâm và nghiêng rồi đổ về một phía.

quá khứ : 넘어지 + 었어요 → 넘어졌어요
hiện tại : 넘어지 + 어요 → 넘어져요
tương lai : 넘어지 + ㄹ 거예요 → 넘어질 거예요

(36) 넣다 [neota]

đặt vào, để vào

Khiến cho lọt vào trong một không gian nào đó.

quá khứ : 넣 + 었어요 → 넣었어요
hiện tại : 넣 + 어요 → 넣어요
tương lai : 넣 + 을 거예요 → 넣을 거예요

- 11 -

(37) 놓다 [nota]
đặt, để

Buông tay hay thả lỏng làm cho vật đang giữ hay ấn trong tay rời khỏi tay.

quá khứ : 놓 + 았어요 → **놓았어요**
hiện tại : 놓 + 아요 → **놓아요**
tương lai : 놓 + 을 거예요 → **놓을 거예요**

(38) 누르다 [nureuda]
ấn, đè, dí

Ra sức tăng trọng lượng từ trên xuống dưới với một phần hay toàn bộ vật thể.

quá khứ : 누르 + 었어요 → **눌렀어요**
hiện tại : 누르 + 어요 → **눌러요**
tương lai : 누르 + ㄹ 거예요 → **누를 거예요**

(39) 달리다 [dallida]
chạy

Chạy đi hay đến mau chóng.

quá khứ : 달리 + 었어요 → **달렸어요**
hiện tại : 달리 + 어요 → **달려요**
tương lai : 달리 + ㄹ 거예요 → **달릴 거예요**

(40) 던지다 [deonjida]
ném

Cử động cánh tay đưa đồ vật cầm trong tay vào không trung.

quá khứ : 던지 + 었어요 → **던졌어요**
hiện tại : 던지 + 어요 → **던져요**
tương lai : 던지 + ㄹ 거예요 → **던질 거예요**

(41) 돌리다 [dollida]

xoay

Làm cho cái gì đó chuyển động vẽ thành vòng tròn.

quá khứ : 돌리 + 었어요 → 돌렸어요
hiện tại : 돌리 + 어요 → 돌려요
tương lai : 돌리 + ㄹ 거예요 → 돌릴 거예요

(42) 듣다 [deutda]

nghe

Nhận biết âm thanh bằng tai.

quá khứ : 듣 + 었어요 → 들었어요
hiện tại : 듣 + 어요 → 들어요
tương lai : 듣 + 을 거예요 → 들을 거예요

(43) 들어가다 [deureogada]

đi vào, bước vào

Đi theo hướng từ ngoài vào trong.

quá khứ : 들어가 + 았어요 → 들어갔어요
hiện tại : 들어가 + 아요 → 들어가요
tương lai : 들어가 + ㄹ 거예요 → 들어갈 거예요

(44) 들어오다 [deureooda]

đi vào, tiến vào

Di chuyển từ ngoài vào trong của phạm vi nào đó.

quá khứ : 들어오 + 았어요 → 들어왔어요
hiện tại : 들어오 + 아요 → 들어와요
tương lai : 들어오 + ㄹ 거예요 → 들어올 거예요

(45) 뛰다 [ttwida]

chạy

Di chuyển chân thật nhanh để tiến nhanh.

quá khứ : 뛰 + 었어요 → 뛰었어요
hiện tại : 뛰 + 어요 → 뛰어요
tương lai : 뛰 + ㄹ 거예요 → 뛸 거예요

(46) 뛰어가다 [ttwieogada]

chạy đi

Chạy nhanh đến nơi nào đó.

quá khứ : 뛰어가 + 았어요 → 뛰어갔어요
hiện tại : 뛰어가 + 아요 → 뛰어가요
tương lai : 뛰어가 + ㄹ 거예요 → 뛰어갈 거예요

(47) 뜨다 [tteuda]

mở (mắt)

Mở mắt đã nhắm lại.

quá khứ : 뜨 + 었어요 → 떴어요
hiện tại : 뜨 + 어요 → 떠요
tương lai : 뜨 + ㄹ 거예요 → 뜰 거예요

(48) 만지다 [manjida]

sờ, sờ mó, mó máy, sờ soạng

Đặt tay trên chỗ nào đó và di chuyển.

quá khứ : 만지 + 었어요 → 만졌어요
hiện tại : 만지 + 어요 → 만져요
tương lai : 만지 + ㄹ 거예요 → 만질 거예요

(49) 미끄러지다 [mikkeureojida]

trượt ngã

Bị đẩy ra một phía hay té ngã ở chỗ trơn trợt.

quá khứ : 미끄러지 + 었어요 → 미끄러졌어요
hiện tại : 미끄러지 + 어요 → 미끄러져요
tương lai : 미끄러지 + ㄹ 거예요 → 미끄러질 거예요

(50) 밀다 [milda]

đẩy

Dốc sức từ phía đối diện mong muốn nhằm dịch chuyển cái gì đó.

quá khứ : 밀 + 었어요 → 밀었어요
hiện tại : 밀 + 어요 → 밀어요
tương lai : 밀 + ㄹ 거예요 → 밀 거예요

(51) 바라보다 [baraboda]

nhìn thẳng

Nhìn theo hướng thẳng.

quá khứ : 바라보 + 았어요 → 바라봤어요
hiện tại : 바라보 + 아요 → 바라봐요
tương lai : 바라보 + ㄹ 거예요 → 바라볼 거예요

(52) 보다 [boda]

nhìn, ngắm, xem

Biết được sự tồn tại hay vẻ bề ngoài của đối tượng bằng mắt.

quá khứ : 보 + 았어요 → 봤어요
hiện tại : 보 + 아요 → 봐요
tương lai : 보 + ㄹ 거예요 → 볼 거예요

(53) 서다 [seoda]

서다

Người hay động vật đặt chân trên nền và làm cơ thể thẳng đứng.

quá khứ : 서 + 었어요 → 섰어요
hiện tại : 서 + 어요 → 서요
tương lai : 서 + ㄹ 거예요 → 설 거예요

(54) 쉬다 [swida]

nghỉ ngơi

Làm cho cơ thể thoải mái để trút bỏ mệt mỏi.

quá khứ : 쉬 + 었어요 → 쉬었어요
hiện tại : 쉬 + 어요 → 쉬어요
tương lai : 쉬 + ㄹ 거예요 → 쉴 거예요

(55) 안다 [anda]

ôm

Dang hai cánh tay rồi kéo về phía ngực hoặc làm cho ở trong lòng.

quá khứ : 안 + 았어요 → 안았어요
hiện tại : 안 + 아요 → 안아요
tương lai : 안 + 을 거예요 → 안을 거예요

(56) 앉다 [anda]

ngồi

Đặt trọng lượng cơ thể vào mông ở trạng thái giữ thẳng thân trên rồi đặt cơ thể lên nền hoặc đồ vật khác

quá khứ : 앉 + 았어요 → 앉았어요
hiện tại : 앉 + 아요 → 앉아요
tương lai : 앉 + 을 거예요 → 앉을 거예요

(57) 오다 [oda]

ến

Cái gì đó di chuyển từ nơi khác đến nơi này.

quá khứ : 오 + 았어요 → 왔어요
hiện tại : 오 + 아요 → 와요
tương lai : 오 + ㄹ 거예요 → 올 거예요

(58) 올라가다 [ollagada]

rèo lên, leo lên

Đi từ nơi thấp lên nơi cao, từ dưới lên trên.

quá khứ : 올라가 + 았어요 → 올라갔어요
hiện tại : 올라가 + 아요 → 올라가요
tương lai : 올라가 + ㄹ 거예요 → 올라갈 거예요

(59) 올라오다 [ollaoda]

đi lên, leo lên

Đi từ chỗ thấp đến chỗ cao.

quá khứ : 올라오 + 았어요 → 올라왔어요
hiện tại : 올라오 + 아요 → 올라와요
tương lai : 올라오 + ㄹ 거예요 → 올라올 거예요

(60) 울다 [ulda]

khóc

Vì buồn, đau hay quá thích nên không kìm được và chảy nước mắt. Hoặc chảy nước mắt như vậy và phát ra tiếng.

quá khứ : 울 + 었어요 → 울었어요
hiện tại : 울 + 어요 → 울어요
tương lai : 울 + ㄹ 거예요 → 울 거예요

(61) 움직이다 [umjigida]

động đậy, cựa quậy, nhúc nhích

Tư thế hay vị trí được thay đổi. Hoặc là thay đổi vị trí hay tư thế.

quá khứ : 움직이 + 었어요 → **움직였어요**
hiện tại : 움직이 + 어요 → **움직여요**
tương lai : 움직이 + ㄹ 거예요 → **움직일 거예요**

(62) 웃다 [utda]

cười

Vẻ mặt giãn ra hoặc phát ra tiếng khi vui vẻ, hài lòng hoặc thấy khôi hài.

quá khứ : 웃 + 었어요 → **웃었어요**
hiện tại : 웃 + 어요 → **웃어요**
tương lai : 웃 + 을 거예요 → **웃을 거예요**

(63) 일어나다 [ireonada]

dậy

Đang nằm thì ngồi dậy hoặc đang ngồi thì đứng dậy.

quá khứ : 일어나 + 았어요 → **일어났어요**
hiện tại : 일어나 + 아요 → **일어나요**
tương lai : 일어나 + ㄹ 거예요 → **일어날 거예요**

(64) 일어서다 [ireoseoda]

đứng dậy

Ngồi rồi đứng lên.

quá khứ : 일어서 + 었어요 → **일어섰어요**
hiện tại : 일어서 + 어요 → **일어서요**
tương lai : 일어서 + ㄹ 거예요 → **일어설 거예요**

(65) 잡다 [japda]

나쁨, 참

Cầm bằng tay và không bỏ ra.

quá khứ : 잡 + 았어요 → 잡았어요
hiện tại : 잡 + 아요 → 잡아요
tương lai : 잡 + 을 거예요 → 잡을 거예요

(66) 접다 [jeopda]

gấp, gập

Gập vải hoặc giấy... lại làm thành nhiều lớp.

quá khứ : 접 + 었어요 → 접었어요
hiện tại : 접 + 어요 → 접어요
tương lai : 접 + 을 거예요 → 접을 거예요

(67) 지나가다 [jinagada]

đi qua

Đi xuyên qua chỗ nào đó.

quá khứ : 지나가 + 았어요 → 지나갔어요
hiện tại : 지나가 + 아요 → 지나가요
tương lai : 지나가 + ㄹ 거예요 → 지나갈 거예요

(68) 지르다 [jireuda]

gào, thét, hét, hô

Phát ra giọng to.

quá khứ : 지르 + 었어요 → 질렀어요
hiện tại : 지르 + 어요 → 질러요
tương lai : 지르 + ㄹ 거예요 → 지를 거예요

(69) 차다 [chada]

đá

Duỗi chân ra và đưa lên hết sức đá hay đỡ cái gì đó.

quá khứ : 차 + 았어요 → 찼어요
hiện tại : 차 + 아요 → 차요
tương lai : 차 + ㄹ 거예요 → 찰 거예요

(70) 쳐다보다 [cheodaboda]

ngước nhìn

Từ dưới nhìn lên trên.

quá khứ : 쳐다보 + 았어요 → 쳐다봤어요
hiện tại : 쳐다보 + 아요 → 쳐다봐요
tương lai : 쳐다보 + ㄹ 거예요 → 쳐다볼 거예요

(71) 치다 [chida]

tát, vả, đập

Dùng tay hay vật khác va chạm mạnh vào đâu đó.

quá khứ : 치 + 었어요 → 쳤어요
hiện tại : 치 + 어요 → 쳐요
tương lai : 치 + ㄹ 거예요 → 칠 거예요

(72) 흔들다 [heundeulda]

rung, lắc, nhún, vẫy

Làm cho cái gì đó cứ di chuyển qua lại, tới lui.

quá khứ : 흔들 + 었어요 → 흔들었어요
hiện tại : 흔들 + 어요 → 흔들어요
tương lai : 흔들 + ㄹ 거예요 → 흔들 거예요

(73) 기억나다 [gieongnada]

나ớ, nhớ ra

Hình ảnh, sự thật, kiến thức, kinh nghiệm... trước đây hiện lên trong lòng hay suy nghĩ.

quá khứ : 기억나 + 았어요 → **기억났어요**
hiện tại : 기억나 + 아요 → **기억나요**
tương lai : 기억나 + ㄹ 거예요 → **기억날 거예요**

(74) 모르다 [moreuda]

không biết

Không biết được hoặc không hiểu được người, sự vật hay sự việc...

quá khứ : 모르 + 았어요 → **몰랐어요**
hiện tại : 모르 + 아요 → **몰라요**
tương lai : 모르 + ㄹ 거예요 → **모를 거예요**

(75) 믿다 [mitda]

tin

Nghĩ rằng cái gì đó đúng hoặc là sự thật.

quá khứ : 믿 + 었어요 → **믿었어요**
hiện tại : 믿 + 어요 → **믿어요**
tương lai : 믿 + 을 거예요 → **믿을 거예요**

(76) 바라다 [barada]

mong, mong cầu

Kì vọng việc gì đó được thực hiện như hy vọng hay suy nghĩ.

quá khứ : 바라 + 았어요 → **바랐어요**
hiện tại : 바라 + 아요 → **바라요**
tương lai : 바라 + ㄹ 거예요 → **바랄 거예요**

(77) 보이다 [boida]

cho thấy, cho xem

Làm cho biết được sự tồn tại hay hình thái của đối tượng bằng mắt.

quá khứ : 보이 + 었어요 → **보였어요**
hiện tại : 보이 + 어요 → **보여요**
tương lai : 보이 + ㄹ 거예요 → **보일 거예요**

(78) 생각나다 [saenggangnada]

nghĩ ra

Suy nghĩ mới hiện lên trong đầu.

quá khứ : 생각나 + 았어요 → **생각났어요**
hiện tại : 생각나 + 아요 → **생각나요**
tương lai : 생각나 + ㄹ 거예요 → **생각날 거예요**

(79) 알다 [alda]

biết

Có thông tin hay kiến thức về sự vật hay tình huống thông qua giáo dục, kinh nghiệm hay suy nghĩ...

quá khứ : 알 + 았어요 → **알았어요**
hiện tại : 알 + 아요 → **알아요**
tương lai : 알 + ㄹ 거예요 → **알 거예요**

(80) 알리다 [allida]

cho biết, cho hay

Làm nhận ra hoặc làm cho biết điều không biết hay điều đã quên.

quá khứ : 알리 + 었어요 → **알렸어요**
hiện tại : 알리 + 어요 → **알려요**
tương lai : 알리 + ㄹ 거예요 → **알릴 거예요**

(81) 외우다 [oeuda]

học thuộc

Không quên mà nhớ lời nói hoặc chữ viết.

quá khứ : 외우 + 었어요 → 외웠어요
hiện tại : 외우 + 어요 → 외워요
tương lai : 외우 + ㄹ 거예요 → 외울 거예요

(82) 원하다 [wonhada]

muốn

Mong hay định làm cái gì.

quá khứ : 원하 + 였어요 → 원했어요
hiện tại : 원하 + 여요 → 원해요
tương lai : 원하 + ㄹ 거예요 → 원할 거예요

(83) 잊다 [itda]

quên

Không nhớ được hoặc không nhớ ra được điều mình đã từng một lần biết đến.

quá khứ : 잊 + 었어요 → 잊었어요
hiện tại : 잊 + 어요 → 잊어요
tương lai : 잊 + 을 거예요 → 잊을 거예요

(84) 잊어버리다 [ijeobeorida]

quên mất

Không nhớ được tất cả hoặc hoàn toàn không nhớ ra được điều mình đã từng một lần biết đến.

quá khứ : 잊어버리 + 었어요 → 잊어버렸어요
hiện tại : 잊어버리 + 어요 → 잊어버려요
tương lai : 잊어버리 + ㄹ 거예요 → 잊어버릴 거예요

(85) 기르다 [gireuda]

nuôi

Cho ăn hoặc nhân giống động thực vật, đồng thời bảo vệ và làm cho chúng lớn lên.

quá khứ : 기르 + 었어요 → 길렀어요
hiện tại : 기르 + 어요 → 길러요
tương lai : 기르 + ㄹ 거예요 → 기를 거예요

(86) 살다 [salda]

sống

Đang có sinh mệnh.

quá khứ : 살 + 았어요 → 살았어요
hiện tại : 살 + 아요 → 살아요
tương lai : 살 + ㄹ 거예요 → 살 거예요

(87) 죽다 [jukda]

chết

Sinh vật mất mạng sống.

quá khứ : 죽 + 었어요 → 죽었어요
hiện tại : 죽 + 어요 → 죽어요
tương lai : 죽 + 을 거예요 → 죽을 거예요

(88) 지내다 [jinaeda]

trải qua

Sống hay sinh hoạt theo một trạng thái hay mức độ nào đó.

quá khứ : 지내 + 었어요 → 지냈어요
hiện tại : 지내 + 어요 → 지내요
tương lai : 지내 + ㄹ 거예요 → 지낼 거예요

(89) 태어나다 [taeeonada]

sinh ra, ra đời

Con người hay động vật có hình thể và ra khỏi cơ thể mẹ.

quá khứ : 태어나 + 았어요 → 태어났어요
hiện tại : 태어나 + 아요 → 태어나요
tương lai : 태어나 + ㄹ 거예요 → 태어날 거예요

(90) 감다 [gamda]

gội, tắm

Làm s ạch đầu hay thân thể bằng nước.

quá khứ : 감 + 았어요 → 감았어요
hiện tại : 감 + 아요 → 감아요
tương lai : 감 + 을 거예요 → 감을 거예요

(91) 깨다 [kkaeda]

thức tỉnh, thức dậy, tỉnh dậy

Tập trung tinh thần hay thoát ra khỏi trạng thái ngủ. Hoặc làm như vậy.

quá khứ : 깨 + 었어요 → 깼어요
hiện tại : 깨 + 어요 → 깨요
tương lai : 깨 + ㄹ 거예요 → 깰 거예요

(92) 꾸다 [kkuda]

mơ

Thấy, nghe, cảm thấy như thật trong giấc mơ trong lúc ngủ.

quá khứ : 꾸 + 었어요 → 꾸었어요
hiện tại : 꾸 + 어요 → 꾸어요
tương lai : 꾸 + ㄹ 거예요 → 꿀 거예요

(93) 눕다 [nupda]

nằm

Người hay động vật đặt thân mình xuống theo chiều ngang để lưng hay lườn chạm xuống chỗ nào đó.

quá khứ : 눕 + 었어요 → 누웠어요
hiện tại : 눕 + 어요 → 누워요
tương lai : 눕 + ㄹ 거예요 → 누울 거예요

(94) 다녀오다 [danyeooda]

đi về

Đến một nơi nào đó rồi quay về.

quá khứ : 다녀오 + 았어요 → 다녀왔어요
hiện tại : 다녀오 + 아요 → 다녀와요
tương lai : 다녀오 + ㄹ 거예요 → 다녀올 거예요

(95) 다니다 [danida]

lui tới

Liên tục vào ra nơi nào đó.

quá khứ : 다니 + 었어요 → 다녔어요
hiện tại : 다니 + 어요 → 다녀요
tương lai : 다니 + ㄹ 거예요 → 다닐 거예요

(96) 닦다 [dakda]

lau, chùi, đánh

Kỳ cọ để làm sạch những thứ bẩn.

quá khứ : 닦 + 았어요 → 닦았어요
hiện tại : 닦 + 아요 → 닦아요
tương lai : 닦 + 을 거예요 → 닦을 거예요

(97) 씻다 [ssitda]

rửa

Làm cho mất đi sạch sẽ vết bẩn hay thứ bẩn.

quá khứ : 씻 + 었어요 → 씻었어요
hiện tại : 씻 + 어요 → 씻어요
tương lai : 씻 + 을 거예요 → 씻을 거예요

(98) 일어나다 [ireonada]

thức dậy

Tỉnh giấc ngủ.

quá khứ : 일어나 + 았어요 → 일어났어요
hiện tại : 일어나 + 아요 → 일어나요
tương lai : 일어나 + ㄹ 거예요 → 일어날 거예요

(99) 자다 [jada]

ngủ

Nhắm mắt, ngừng hoạt động của cơ thể và tinh thần, ở vào trạng thái nghỉ ngơi trong một thời gian.

quá khứ : 자 + 았어요 → 잤어요
hiện tại : 자 + 아요 → 자요
tương lai : 자 + ㄹ 거예요 → 잘 거예요

(100) 잠자다 [jamjada]

ngủ

Cơ thể và tinh thần ngừng hoạt động và nghỉ ngơi trong một thời gian.

quá khứ : 잠자 + 았어요 → 잠잤어요
hiện tại : 잠자 + 아요 → 잠자요
tương lai : 잠자 + ㄹ 거예요 → 잠잘 거예요

(101) 주무시다 [jumusida]

ngủ

(cách nói kính trọng) Ngủ.

quá khứ : 주무시 + 었어요 → 주무셨어요
hiện tại : 주무시 + 어요 → 주무셔요
tương lai : 주무시 + ㄹ 거예요 → 주무실 거예요

(102) 구경하다 [gugyeonghada]

ngắm, ngắm nghía

Xem cái gì với sự quan tâm hay hứng thú.

quá khứ : 구경하 + 였어요 → 구경했어요
hiện tại : 구경하 + 여요 → 구경해요
tương lai : 구경하 + ㄹ 거예요 → 구경할 거예요

(103) 그리다 [geurida]

vẽ

Dùng bút chì hay bút để thể hiện sự vật bằng đường nét hay màu sắc.

quá khứ : 그리 + 었어요 → 그렸어요
hiện tại : 그리 + 어요 → 그려요
tương lai : 그리 + ㄹ 거예요 → 그릴 거예요

(104) 노래하다 [noraehada]

hát, ca

Hát thành tiếng theo nhạc và lời được viết có âm điệu.

quá khứ : 노래하 + 였어요 → 노래했어요
hiện tại : 노래하 + 여요 → 노래해요
tương lai : 노래하 + ㄹ 거예요 → 노래할 거예요

(105) 놀다 [nolda]

chơi, chơi đùa

Chơi trò chơi... một cách vui vẻ thú vị.

quá khứ : 놀 + 았어요 → 놀았어요
hiện tại : 놀 + 아요 → 놀아요
tương lai : 놀 + ㄹ 거예요 → 놀 거예요

(106) 독서하다 [dokseohada]

đọc sách

Đọc sách.

quá khứ : 독서하 + 였어요 → 독서했어요
hiện tại : 독서하 + 여요 → 독서해요
tương lai : 독서하 + ㄹ 거예요 → 독서할 거예요

(107) 등산하다 [deungsanhada]

leo núi

Lên núi với mục đích thể thao hay vui chơi.

quá khứ : 등산하 + 였어요 → 등산했어요
hiện tại : 등산하 + 여요 → 등산해요
tương lai : 등산하 + ㄹ 거예요 → 등산할 거예요

(108) 부르다 [bureuda]

ca, hát

Hát theo nhịp điệu.

quá khứ : 부르 + 었어요 → 불렀어요
hiện tại : 부르 + 어요 → 불러요
tương lai : 부르 + ㄹ 거예요 → 부를 거예요

(109) 불다 [bulda]

thổi

Đặt nhạc cụ thuộc bộ hơi lên miệng thổi phát ra âm thanh.

quá khứ : 불 + 었어요 → 불었어요
hiện tại : 불 + 어요 → 불어요
tương lai : 불 + ㄹ 거예요 → 불 거예요

(110) 산책하다 [sanchaekada]

tản bộ, đi dạo

Bước đi chầm chậm xung quanh vì sức khỏe hay nghỉ ngơi chốc lát.

quá khứ : 산책하 + 였어요 → 산책했어요
hiện tại : 산책하 + 여요 → 산책해요
tương lai : 산책하 + ㄹ 거예요 → 산책할 거예요

(111) 수영하다 [suyeonghada]

bơi, bơi lội

Bơi trong nước.

quá khứ : 수영하 + 였어요 → 수영했어요
hiện tại : 수영하 + 여요 → 수영해요
tương lai : 수영하 + ㄹ 거예요 → 수영할 거예요

(112) 여행하다 [yeohaenghada]

đi du lịch, đi tham quan

Rời khỏi nhà và đi tham quan đây đó ở vùng khác hay nước khác.

quá khứ : 여행하 + 였어요 → 여행했어요
hiện tại : 여행하 + 여요 → 여행해요
tương lai : 여행하 + ㄹ 거예요 → 여행할 거예요

(113) 운동하다 [undonghada]

tập luyện thể thao

Rèn luyện thân thể hoặc vận động cơ thể vì mục đích sức khỏe.

quá khứ : 운동하 + 였어요 → 운동했어요
hiện tại : 운동하 + 여요 → 운동해요
tương lai : 운동하 + ㄹ 거예요 → 운동할 거예요

(114) 즐기다 [jeulgida]

tận hưởng

Thỏa thích hưởng thụ một cách vui vẻ.

quá khứ : 즐기 + 었어요 → 즐겼어요
hiện tại : 즐기 + 어요 → 즐겨요
tương lai : 즐기 + ㄹ 거예요 → 즐길 거예요

(115) 찍다 [jjikda]

chụp

Phản chiếu đối tượng nào đó vào trong máy ảnh (máy quay) rồi chuyển hình ảnh đó thành phim.

quá khứ : 찍 + 었어요 → 찍었어요
hiện tại : 찍 + 어요 → 찍어요
tương lai : 찍 + 을 거예요 → 찍을 거예요

(116) 추다 [chuda]

nhảy, múa

Thực hiện động tác múa.

quá khứ : 추 + 었어요 → 췄어요
hiện tại : 추 + 어요 → 춰요
tương lai : 추 + ㄹ 거예요 → 출 거예요

(117) 춤추다 [chumchuda]

múa

Chuyển động cơ thể theo nhịp điệu có quy tắc nhất định hay theo điệu nhạc.

quá khứ : 춤추 + 었어요 → 춤췄어요
hiện tại : 춤추 + 어요 → 춤춰요
tương lai : 춤추 + ㄹ 거예요 → 춤출 거예요

(118) 켜다 [kyeoda]

kéo (đàn)

Miết vào dây của nhạc cụ có dây và làm phát ra âm thanh.

quá khứ : 켜 + 었어요 → 켰어요
hiện tại : 켜 + 어요 → 켜요
tương lai : 켜 + ㄹ 거예요 → 켤 거예요

(119) 타다 [tada]

chơi (đánh đu, bập bênh)

Leo lên và di chuyển trên thiết bị trò chơi như bập bênh hay xích đu.

quá khứ : 타 + 았어요 → 탔어요
hiện tại : 타 + 아요 → 타요
tương lai : 타 + ㄹ 거예요 → 탈 거예요

(120) 검사하다 [geomsahada]

kiểm tra

Xem xét tỉ mỉ và khảo sát tìm hiểu.

quá khứ : 검사하 + 였어요 → 검사했어요
hiện tại : 검사하 + 여요 → 검사해요
tương lai : 검사하 + ㄹ 거예요 → 검사할 거예요

(121) 고치다 [gochida]

chữa (bệnh)

Làm lành bệnh.

quá khứ : 고치 + 었어요 → **고쳤어요**
hiện tại : 고치 + 어요 → **고쳐요**
tương lai : 고치 + ㄹ 거예요 → **고칠 거예요**

(122) 바르다 [bareuda]

bôi, tẩm

Phết bột hay chất lỏng lên bề mặt của vật và làm dính đều.

quá khứ : 바르 + 았어요 → **발랐어요**
hiện tại : 바르 + 아요 → **발라요**
tương lai : 바르 + ㄹ 거예요 → **바를 거예요**

(123) 수술하다 [susulhada]

phẫu thuật

Mổ một phần cơ thể rồi cắt hoặc ghép và khâu vào để chữa bệnh.

quá khứ : 수술하 + 였어요 → **수술했어요**
hiện tại : 수술하 + 여요 → **수술해요**
tương lai : 수술하 + ㄹ 거예요 → **수술할 거예요**

(124) 입원하다 [ibwonhada]

nhập viện

Vào ở bệnh viện trong thời gian nhất định để chữa bệnh.

quá khứ : 입원하 + 였어요 → **입원했어요**
hiện tại : 입원하 + 여요 → **입원해요**
tương lai : 입원하 + ㄹ 거예요 → **입원할 거예요**

(125) 퇴원하다 [toewonhada]

xuất viện, ra viện

Bệnh nhân ở lại bệnh viện điều trị một thời gian nhất định ra viện.

quá khứ : 퇴원하 + 였어요 → **퇴원했어요**

hiện tại : 퇴원하 + 여요 → **퇴원해요**

tương lai : 퇴원하 + ㄹ 거예요 → **퇴원할 거예요**

(126) 먹다 [meokda]

ăn

Cho thức ăn⋯ vào trong bụng qua đường miệng.

quá khứ : 먹 + 었어요 → **먹었어요**

hiện tại : 먹 + 어요 → **먹어요**

tương lai : 먹 + 을 거예요 → **먹을 거예요**

(127) 마시다 [masida]

uống

Làm cho chất lỏng như nước... đi qua cổ họng

quá khứ : 마시 + 었어요 → **마셨어요**

hiện tại : 마시 + 어요 → **마셔요**

tương lai : 마시 + ㄹ 거예요 → **마실 거예요**

(128) 굽다 [gupda]

nướng

Làm chín thức ăn trên lửa.

quá khứ : 굽 + 었어요 → **구웠어요**

hiện tại : 굽 + 어요 → **구워요**

tương lai : 굽 + ㄹ 거예요 → **구울 거예요**

(129) 깎다 [kkakda]

gọt

Dùng dụng cụ giống như dao để cắt đi một lớp mỏng của bề mặt đồ vật hay lớp vỏ của những thứ như trái cây.

quá khứ : 깎 + 았어요 → 깎았어요
hiện tại : 깎 + 아요 → 깎아요
tương lai : 깎 + 을 거예요 → 깎을 거예요

(130) 끓다 [kkeulta]

sôi

Chất lỏng rất nóng nên bọt trào lên.

quá khứ : 끓 + 었어요 → 끓었어요
hiện tại : 끓 + 어요 → 끓어요
tương lai : 끓 + 을 거예요 → 끓을 거예요

(131) 끓이다 [kkeurida]

đun sôi, nấu sôi

Làm nóng chất lỏng đến mức bọt nổi lên.

quá khứ : 끓이 + 었어요 → 끓였어요
hiện tại : 끓이 + 어요 → 끓여요
tương lai : 끓이 + ㄹ 거예요 → 끓일 거예요

(132) 볶다 [bokda]

xào

Cho thức ăn đã ráo nước lên lửa và đảo qua đảo lại làm cho chín.

quá khứ : 볶 + 았어요 → 볶았어요
hiện tại : 볶 + 아요 → 볶아요
tương lai : 볶 + 을 거예요 → 볶을 거예요

(133) 섞다 [seokda]

trộn, trộn lẫn

Gộp hai thứ trở lên vào một chỗ.

quá khứ : 섞 + 었어요 → 섞었어요
hiện tại : 섞 + 어요 → 섞어요
tương lai : 섞 + 을 거예요 → 섞을 거예요

(134) 썰다 [sseolda]

thái, cưa

Chạm dao hay cưa··· vào rồi ấn xuống và dịch chuyển lưỡi ra trước sau để cắt cái gì đó hoặc làm ra thành nhiều miếng.

quá khứ : 썰 + 었어요 → 썰었어요
hiện tại : 썰 + 어요 → 썰어요
tương lai : 썰 + ㄹ 거예요 → 썰 거예요

(135) 씹다 [ssipda]

nhai

Người hay động vật cho thức ăn vào miệng cắn nhỏ ra hoặc nghiền cho mềm.

quá khứ : 씹 + 었어요 → 씹었어요
hiện tại : 씹 + 어요 → 씹어요
tương lai : 씹 + 을 거예요 → 씹을 거예요

(136) 익다 [ikda]

chín

Thứ sống như thịt, rau, lương thực··· tiếp nhận nhiệt nên vị và tính chất trở nên khác.

quá khứ : 익 + 었어요 → 익었어요
hiện tại : 익 + 어요 → 익어요
tương lai : 익 + 을 거예요 → 익을 거예요

(137) 찌다 [jjida]

하ᵖ, nấu

Làm chín hoặc làm nóng thức ăn bằng hơi nóng.

quá khứ : 찌 + 었어요 → 쪘어요
hiện tại : 찌 + 어요 → 쩌요
tương lai : 찌 + ㄹ 거예요 → 찔 거예요

(138) 타다 [tada]

cháy đen

Bị nung trong nhiệt độ nóng và chín quá mức đến nỗi chuyển thành màu đen.

quá khứ : 타 + 았어요 → 탔어요
hiện tại : 타 + 아요 → 타요
tương lai : 타 + ㄹ 거예요 → 탈 거예요

(139) 튀기다 [twigida]

rán, chiên

Thả vào dầu đang sôi làm cho phồng ra.

quá khứ : 튀기 + 었어요 → 튀겼어요
hiện tại : 튀기 + 어요 → 튀겨요
tương lai : 튀기 + ㄹ 거예요 → 튀길 거예요

(140) 갈아입다 [garaipda]

thay (quần áo)

Cởi quần áo đang mặc ra và đổi sang mặc quần áo khác.

quá khứ : 갈아입 + 었어요 → 갈아입었어요
hiện tại : 갈아입 + 어요 → 갈아입어요
tương lai : 갈아입 + 을 거예요 → 갈아입을 거예요

(141) 끼다 [kkida]

cài, gài, nút

Cho cái gì đó vào khe hở, làm cho nó nhỏ lại để không bị rơi ra.

quá khứ : 끼 + 었어요 → 꼈어요
hiện tại : 끼 + 어요 → 껴요
tương lai : 끼 + ㄹ 거예요 → 낄 거예요

(142) 매다 [maeda]

cột, buộc, thắt

Cột hai đầu của dây thừng hay dây vào nhau để không bị tách rời hay tuột ra.

quá khứ : 매 + 었어요 → 맸어요
hiện tại : 매 + 어요 → 매요
tương lai : 매 + ㄹ 거예요 → 맬 거예요

(143) 벗다 [beotda]

cởi, tháo

Gỡ ra khỏi cơ thể đồ vật hay quần áo mà người ta mang trên người.

quá khứ : 벗 + 었어요 → 벗었어요
hiện tại : 벗 + 어요 → 벗어요
tương lai : 벗 + 을 거예요 → 벗을 거예요

(144) 신다 [sinda]

mang

Cho chân vào trong giày dép hay tất... rồi che phủ toàn bộ hay một phần bàn chân.

quá khứ : 신 + 었어요 → 신었어요
hiện tại : 신 + 어요 → 신어요
tương lai : 신 + 을 거예요 → 신을 거예요

(145) 쓰다 [sseuda]

đội

Đặt phủ lên đầu những thứ như mũ, tóc giả...

quá khứ : 쓰 + 었어요 → 썼어요
hiện tại : 쓰 + 어요 → 써요
tương lai : 쓰 + ㄹ 거예요 → 쓸 거예요

(146) 입다 [ipda]

mặc

Khoác hoặc che quần áo lên cơ thể.

quá khứ : 입 + 었어요 → 입었어요
hiện tại : 입 + 어요 → 입어요
tương lai : 입 + 을 거예요 → 입을 거예요

(147) 차다 [chada]

mặc, mang, đeo, thắt

Đeo hay mang hay gắn vào vào eo, cổ tay, cổ chân.

quá khứ : 차 + 았어요 → 찼어요
hiện tại : 차 + 아요 → 차요
tương lai : 차 + ㄹ 거예요 → 찰 거예요

(148) 기르다 [gireuda]

để, nuôi

Làm cho tóc hoặc râu v.v... mọc dài ra.

quá khứ : 기르 + 었어요 → 길렀어요
hiện tại : 기르 + 어요 → 길러요
tương lai : 기르 + ㄹ 거예요 → 기를 거예요

(149) 깎다 [kkakda]

cắt

Cắt ngắn cỏ hay lông...

quá khứ : 깎 + 았어요 → 깎았어요
hiện tại : 깎 + 아요 → 깎아요
tương lai : 깎 + 을 거예요 → 깎을 거예요

(150) 드라이하다 [deuraihada]

sấy tóc

Sử dụng dụng cụ điện thổi gió để làm khô hoặc chăm sóc mái tóc.

quá khứ : 드라이하 + 였어요 → 드라이했어요
hiện tại : 드라이하 + 여요 → 드라이해요
tương lai : 드라이하 + ㄹ 거예요 → 드라이할 거예요

(151) 면도하다 [myeondohada]

cạo râu, cạo lông

Cạo râu hay lông mọc trên khuôn mặt hay cơ thể.

quá khứ : 면도하 + 였어요 → 면도했어요
hiện tại : 면도하 + 여요 → 면도해요
tương lai : 면도하 + ㄹ 거예요 → 면도할 거예요

(152) 빗다 [bitda]

chải

Chỉnh trang tóc hay lông một cách gọn gàng bằng lược hay tay.

quá khứ : 빗 + 었어요 → 빗었어요
hiện tại : 빗 + 어요 → 빗어요
tương lai : 빗 + 을 거예요 → 빗을 거예요

(153) 염색하다 [yeomsaekada]

nhuộm

Làm đổi màu của vải, sợi hoặc tóc...

quá khứ : 염색하 + 였어요 → **염색했어요**
hiện tại : 염색하 + 여요 → **염색해요**
tương lai : 염색하 + ㄹ 거예요 → **염색할 거예요**

(154) 이발하다 [ibalhada]

cắt tóc, hớt tóc

Cắt tỉa tóc.

quá khứ : 이발하 + 였어요 → **이발했어요**
hiện tại : 이발하 + 여요 → **이발해요**
tương lai : 이발하 + ㄹ 거예요 → **이발할 거예요**

(155) 파마하다 [pamahada]

uốn tóc

Dùng máy hay thuốc để làm cho tóc quăn quăn hoặc duỗi thẳng và duy trì trạng thái như thế trong một thời gian dài.

quá khứ : 파마하 + 였어요 → **파마했어요**
hiện tại : 파마하 + 여요 → **파마해요**
tương lai : 파마하 + ㄹ 거예요 → **파마할 거예요**

(156) 화장하다 [hwajanghada]

hoá trang, trang điểm

Bôi hoặc cọ vẽ để làm đẹp cho khuôn mặt.

quá khứ : 화장하 + 였어요 → **화장했어요**
hiện tại : 화장하 + 여요 → **화장해요**
tương lai : 화장하 + ㄹ 거예요 → **화장할 거예요**

(157) 이사하다 [isahada]

chuyển nhà

Chuyển nơi sinh sống sang nơi khác.

quá khứ : 이사하 + 였어요 → **이사했어요**
hiện tại : 이사하 + 여요 → **이사해요**
tương lai : 이사하 + ㄹ 거예요 → **이사할 거예요**

(158) 머무르다 [meomureuda]

lưu lại

Dừng lại giữa chừng hoặc ở nơi nào đó nhất thời.

quá khứ : 머무르 + 었어요 → **머물렀어요**
hiện tại : 머무르 + 어요 → **머물러요**
tương lai : 머무르 + ㄹ 거예요 → **머무를 거예요**

(159) 묵다 [mukda]

lưu lại, ở lại, nghỉ lại

Ở lại nơi nào đó với tư cách là khách.

quá khứ : 묵 + 었어요 → **묵었어요**
hiện tại : 묵 + 어요 → **묵어요**
tương lai : 묵 + 을 거예요 → **묵을 거예요**

(160) 숙박하다 [sukbakada]

ở

Ngủ và ở lại quán trọ hay khách sạn...

quá khứ : 숙박하 + 였어요 → **숙박했어요**
hiện tại : 숙박하 + 여요 → **숙박해요**
tương lai : 숙박하 + ㄹ 거예요 → **숙박할 거예요**

(161) 체류하다 [cheryuhada]

lưu trú

Rời khỏi nhà và đến lưu lại nơi nào đó.

quá khứ : 체류하 + 였어요 → 체류했어요
hiện tại : 체류하 + 여요 → 체류해요
tương lai : 체류하 + ㄹ 거예요 → 체류할 거예요

(162) 걸다 [geolda]

treo, đeo, mắc

Đeo vật thể nào đó lên đâu để không bị rơi.

quá khứ : 걸 + 었어요 → 걸었어요
hiện tại : 걸 + 어요 → 걸어요
tương lai : 걸 + ㄹ 거예요 → 걸 거예요

(163) 고치다 [gochida]

sửa

Sửa chữa cái bị hỏng hoặc không dùng được làm cho có thể dùng được.

quá khứ : 고치 + 었어요 → 고쳤어요
hiện tại : 고치 + 어요 → 고쳐요
tương lai : 고치 + ㄹ 거예요 → 고칠 거예요

(164) 끄다 [kkeuda]

tắt, dập

Làm cho ngọn lửa đang cháy không cháy được nữa.

quá khứ : 끄 + 었어요 → 껐어요
hiện tại : 끄 + 어요 → 꺼요
tương lai : 끄 + ㄹ 거예요 → 끌 거예요

(165) 빨다 [ppalda]

giặt

Cho quần áo... vào nước rồi chà sát bằng tay hoặc sử dụng máy giặt để loại bỏ vết bẩn.

quá khứ : 빨 + 았어요 → 빨았어요
hiện tại : 빨 + 아요 → 빨아요
tương lai : 빨 + ㄹ 거예요 → 빨 거예요

(166) 설거지하다 [seolgeojihada]

việc rửa chén bát

Việc rửa chén bát và sắp xếp lại sau khi ăn xong.

quá khứ : 설거지하 + 였어요 → 설거지했어요
hiện tại : 설거지하 + 여요 → 설거지해요
tương lai : 설거지하 + ㄹ 거예요 → 설거지할 거예요

(167) 세탁하다 [setakada]

giặt, giặt giũ

Giặt áo quần bẩn...

quá khứ : 세탁하 + 였어요 → 세탁했어요
hiện tại : 세탁하 + 여요 → 세탁해요
tương lai : 세탁하 + ㄹ 거예요 → 세탁할 거예요

(168) 정리하다 [jeongnihada]

sắp xếp, dọn dẹp

Dọn hoặc thu những thứ đang trong trình trạng bừa bộn hoặc rải rác lại một nơi.

quá khứ : 정리하 + 였어요 → 정리했어요
hiện tại : 정리하 + 여요 → 정리해요
tương lai : 정리하 + ㄹ 거예요 → 정리할 거예요

(169) 청소하다 [cheongsohada]

quét dọn, lau chùi, dọn dẹp

Dọn dẹp sạch sẽ thứ bừa bộn và dơ bẩn.

quá khứ : 청소하 + 였어요 → 청소했어요
hiện tại : 청소하 + 여요 → 청소해요
tương lai : 청소하 + ㄹ 거예요 → 청소할 거예요

(170) 켜다 [kyeoda]

đốt

Đốt lửa bằng diêm hay bật lửa hoặc châm lửa vào đèn dầu hay nến.

quá khứ : 켜 + 었어요 → 켰어요
hiện tại : 켜 + 어요 → 켜요
tương lai : 켜 + ㄹ 거예요 → 켤 거예요

(171) 말리다 [mallida]

làm khô, phơi khô, hong khô, sấy khô

Làm hơi nước bay đi hết không còn gì.

quá khứ : 말리 + 었어요 → 말렸어요
hiện tại : 말리 + 어요 → 말려요
tương lai : 말리 + ㄹ 거예요 → 말릴 거예요

(172) 삶다 [samda]

luộc

Bỏ vào nước và nấu.

quá khứ : 삶 + 았어요 → 삶았어요
hiện tại : 삶 + 아요 → 삶아요
tương lai : 삶 + 을 거예요 → 삶을 거예요

(173) 쓸다 [sseulda]

quét

Đẩy ra rồi gom lại một chỗ và dọn đi.

quá khứ : 쓸 + 었어요 → 쓸었어요
hiện tại : 쓸 + 어요 → 쓸어요
tương lai : 쓸 + ㄹ 거예요 → 쓸 거예요

(174) 가져가다 [gajeogada]

mang đi, đem đi

Di chuyển vật nào đó từ một chỗ sang chỗ khác.

quá khứ : 가져가 + 았어요 → 가져갔어요
hiện tại : 가져가 + 아요 → 가져가요
tương lai : 가져가 + ㄹ 거예요 → 가져갈 거예요

(175) 가져오다 [gajeooda]

mang đến, đem đến

Chuyển vật nào đó từ một nơi đến nơi khác.

quá khứ : 가져오 + 았어요 → 가져왔어요
hiện tại : 가져오 + 아요 → 가져와요
tương lai : 가져오 + ㄹ 거예요 → 가져올 거예요

(176) 거절하다 [geojeolhada]

từ chối, khước từ

Không chấp nhận đề nghị, nhờ vả hay quà cáp của người khác.

quá khứ : 거절하 + 였어요 → 거절했어요
hiện tại : 거절하 + 여요 → 거절해요
tương lai : 거절하 + ㄹ 거예요 → 거절할 거예요

(177) 걸다 [geolda]

gọi, điện thoại

Gọi điện thoại.

quá khứ : 걸 + 었어요 → 걸었어요
hiện tại : 걸 + 어요 → 걸어요
tương lai : 걸 + ㄹ 거예요 → 걸 거예요

(178) 기다리다 [gidarida]

chờ đợi, đợi chờ, đợi, chờ

Trải qua thời gian cho đến khi người, dịp (nào đó) đến hay việc nào đó được thực hiện.

quá khứ : 기다리 + 었어요 → 기다렸어요
hiện tại : 기다리 + 어요 → 기다려요
tương lai : 기다리 + ㄹ 거예요 → 기다릴 거예요

(179) 나누다 [nanuda]

chia, phân, phân chia, chia ra, phân ra

Làm cho cái gì đó vốn là một trở thành hai phần hoặc hai miếng trở lên.

quá khứ : 나누 + 었어요 → 나눴어요
hiện tại : 나누 + 어요 → 나눠요
tương lai : 나누 + ㄹ 거예요 → 나눌 거예요

(180) 데려가다 [deryeogada]

dẫn đi, dẫn theo

Cho đi theo mình và cùng đi.

quá khứ : 데려가 + 았어요 → 데려갔어요
hiện tại : 데려가 + 아요 → 데려가요
tương lai : 데려가 + ㄹ 거예요 → 데려갈 거예요

(181) 데려오다 [deryeooda]

dẫn đến, dắt theo

Cho đi theo mình và cùng đến.

quá khứ : 데려오 + 았어요 → 데려왔어요
hiện tại : 데려오 + 아요 → 데려와요
tương lai : 데려오 + ㄹ 거예요 → 데려올 거예요

(182) 데이트하다 [deiteuhada]

hẹn hò, hò hẹn

Nam và nữ quen nhau và gặp gỡ.

quá khứ : 데이트하 + 였어요 → 데이트했어요
hiện tại : 데이트하 + 여요 → 데이트해요
tương lai : 데이트하 + ㄹ 거예요 → 데이트할 거예요

(183) 도와주다 [dowajuda]

giúp cho, giúp đỡ

Góp sức hay giúp việc của người khác.

quá khứ : 도와주 + 었어요 → 도와줬어요
hiện tại : 도와주 + 어요 → 도와줘요
tương lai : 도와주 + ㄹ 거예요 → 도와줄 거예요

(184) 돌려주다 [dollyeojuda]

trả lại

Đưa hoặc trả lại cho chủ nhân cái đã mượn, đã đoạt lấy hoặc đã nhận.

quá khứ : 돌려주 + 었어요 → 돌려줬어요
hiện tại : 돌려주 + 어요 → 돌려줘요
tương lai : 돌려주 + ㄹ 거예요 → 돌려줄 거예요

(185) 돕다 [dopda]

giúp, giúp đỡ

Đỡ đần hay hỗ trợ việc mà người khác làm.

quá khứ : 돕 + 았어요 → 도왔어요
hiện tại : 돕 + 아요 → 도와요
tương lai : 돕 + ㄹ 거예요 → 도울 거예요

(186) 드리다 [deurida]

biếu, dâng

(cách nói kính trọng) Kính ngữ của 주다. Đưa cho người khác cái gì đó và làm cho sở hữu hoặc sử dụng.

quá khứ : 드리 + 었어요 → 드렸어요
hiện tại : 드리 + 어요 → 드려요
tương lai : 드리 + ㄹ 거예요 → 드릴 거예요

(187) 만나다 [mannada]

gặp, gặp gỡ, gặp mặt

Ai đó đi hoặc đến nên hai người đối diện với nhau.

quá khứ : 만나 + 았어요 → 만났어요
hiện tại : 만나 + 아요 → 만나요
tương lai : 만나 + ㄹ 거예요 → 만날 거예요

(188) 바꾸다 [bakkuda]

đổi, thay đổi

Xóa bỏ cái vốn có và cho thay thế bằng cái khác.

quá khứ : 바꾸 + 었어요 → 바꿨어요
hiện tại : 바꾸 + 어요 → 바꿔요
tương lai : 바꾸 + ㄹ 거예요 → 바꿀 거예요

(189) 받다 [batda]

nhận

Lấy cái mà người khác cho hoặc gửi đến.

quá khứ : 받 + 았어요 → **받았어요**
hiện tại : 받 + 아요 → **받아요**
tương lai : 받 + 을 거예요 → **받을 거예요**

(190) 방문하다 [bangmunhada]

thăm, thăm viếng, viếng thăm

Tìm đến nơi nào đó để gặp người nào đó hoặc xem cái gì đó.

quá khứ : 방문하 + 였어요 → **방문했어요**
hiện tại : 방문하 + 여요 → **방문해요**
tương lai : 방문하 + ㄹ 거예요 → **방문할 거예요**

(191) 보내다 [bonaeda]

gửi

Làm cho con người hay đồ vật... đến nơi khác.

quá khứ : 보내 + 었어요 → **보냈어요**
hiện tại : 보내 + 어요 → **보내요**
tương lai : 보내 + ㄹ 거예요 → **보낼 거예요**

(192) 보다 [boda]

ngắm, xem

Thưởng thức hay chiêm ngưỡng đối tượng bằng mắt.

quá khứ : 보 + 았어요 → **봤어요**
hiện tại : 보 + 아요 → **봐요**
tương lai : 보 + ㄹ 거예요 → **볼 거예요**

(193) 뵈다 [boeda]

gặp, thăm

Gặp người trên.

quá khứ : 뵈 + 었어요 → 뵀어요
hiện tại : 뵈 + 어요 → 봬요
tương lai : 뵈 + ㄹ 거예요 → 뵐 거예요

(194) 부탁하다 [butakada]

nhờ, phó thác

Nhờ làm giúp hay giao việc nào đó.

quá khứ : 부탁하 + 였어요 → 부탁했어요
hiện tại : 부탁하 + 여요 → 부탁해요
tương lai : 부탁하 + ㄹ 거예요 → 부탁할 거예요

(195) 사귀다 [sagwida]

kết giao, kết bạn

Trở nên biết nhau và thân thiện.

quá khứ : 사귀 + 었어요 → 사귀었어요
hiện tại : 사귀 + 어요 → 사귀어요
tương lai : 사귀 + ㄹ 거예요 → 사귈 거예요

(196) 세배하다 [sebaehada]

lạy chào

Cúi lạy để chào hỏi người trên vào dịp tết.

quá khứ : 세배하 + 였어요 → 세배했어요
hiện tại : 세배하 + 여요 → 세배해요
tương lai : 세배하 + ㄹ 거예요 → 세배할 거예요

(197) 소개하다 [sogaehada]

giới thiệu

Kết nối quan hệ để những người không biết nhau được quen biết.

quá khứ : 소개하 + 였어요 → 소개했어요
hiện tại : 소개하 + 여요 → 소개해요
tương lai : 소개하 + ㄹ 거예요 → 소개할 거예요

(198) 신청하다 [sincheonghada]

đăng kí

Yêu cầu chính thức đoàn thể hay cơ quan··· làm cho việc nào đó.

quá khứ : 신청하 + 였어요 → 신청했어요
hiện tại : 신청하 + 여요 → 신청해요
tương lai : 신청하 + ㄹ 거예요 → 신청할 거예요

(199) 실례하다 [sillyehada]

thất lễ

Lời nói hay hành động trái lễ nghĩa.

quá khứ : 실례하 + 였어요 → 실례했어요
hiện tại : 실례하 + 여요 → 실례해요
tương lai : 실례하 + ㄹ 거예요 → 실례할 거예요

(200) 싸우다 [ssauda]

đánh lộn, cãi vã

Gây gổ để thắng bằng lời nói hay sức lực.

quá khứ : 싸우 + 었어요 → 싸웠어요
hiện tại : 싸우 + 어요 → 싸워요
tương lai : 싸우 + ㄹ 거예요 → 싸울 거예요

(201) 안내하다 [annaehada]

hướng dẫn

Giới thiệu và cho biết nội dung nào đó.

quá khứ : 안내하 + 였어요 → **안내했어요**
hiện tại : 안내하 + 여요 → **안내해요**
tương lai : 안내하 + ㄹ 거예요 → **안내할 거예요**

(202) 약속하다 [yaksokada]

hẹn, hứa hẹn

Định trước sẽ làm việc nào đó với người khác.

quá khứ : 약속하 + 였어요 → **약속했어요**
hiện tại : 약속하 + 여요 → **약속해요**
tương lai : 약속하 + ㄹ 거예요 → **약속할 거예요**

(203) 얻다 [eotda]

nhận được, có được

Nhận lấy mà không cần nỗ lực đặc biệt hay phí tổn gì.

quá khứ : 얻 + 었어요 → **얻었어요**
hiện tại : 얻 + 어요 → **얻어요**
tương lai : 얻 + 을 거예요 → **얻을 거예요**

(204) 연락하다 [yeollakada]

liên lạc, thông báo, cho biết

Truyền cho biết sự thật nào đó.

quá khứ : 연락하 + 였어요 → **연락했어요**
hiện tại : 연락하 + 여요 → **연락해요**
tương lai : 연락하 + ㄹ 거예요 → **연락할 거예요**

(205) 이기다 [igida]

thắng

Lấn át đối phương và giành được kết quả tốt đẹp hơn trong cá cược, thi đấu hay các cuộc đọ sức v.v...

quá khứ : 이기 + 었어요 → **이겼어요**
hiện tại : 이기 + 어요 → **이겨요**
tương lai : 이기 + ㄹ 거예요 → **이길 거예요**

(206) 인사하다 [insahada]

chào hỏi

Thể hiện lễ nghĩa khi gặp gỡ hay chia tay.

quá khứ : 인사하 + 였어요 → **인사했어요**
hiện tại : 인사하 + 여요 → **인사해요**
tương lai : 인사하 + ㄹ 거예요 → **인사할 거예요**

(207) 전하다 [jeonhada]

chuyển, trao, đưa

Chuyển cái nào đó cho đối phương.

quá khứ : 전하 + 였어요 → **전했어요**
hiện tại : 전하 + 여요 → **전해요**
tương lai : 전하 + ㄹ 거예요 → **전할 거예요**

(208) 정하다 [jeonghada]

định, chọn

Lựa chọn một trong số nhiều thứ.

quá khứ : 정하 + 였어요 → **정했어요**
hiện tại : 정하 + 여요 → **정해요**
tương lai : 정하 + ㄹ 거예요 → **정할 거예요**

(209) 주다 [juda]

cho

Chuyển cho người khác những cái như đồ vật khiến họ mang đi hoặc sử dụng.

quá khứ : 주 + 었어요 → 줬어요
hiện tại : 주 + 어요 → 줘요
tương lai : 주 + ㄹ 거예요 → 줄 거예요

(210) 지다 [jida]

thua

Không thắng được đối phương trong cuộc thi đấu hay đọ sức...

quá khứ : 지 + 었어요 → 졌어요
hiện tại : 지 + 어요 → 져요
tương lai : 지 + ㄹ 거예요 → 질 거예요

(211) 지키다 [jikida]

giữ, tuân theo

Theo đúng và không trái lại những thứ như lời hứa, phép tắc, lễ nghĩa, quy định.

quá khứ : 지키 + 었어요 → 지켰어요
hiện tại : 지키 + 어요 → 지켜요
tương lai : 지키 + ㄹ 거예요 → 지킬 거예요

(212) 찾아가다 [chajagada]

tìm đến, tìm gặp

Đi để gặp người nào đó hoặc để làm việc gì đó.

quá khứ : 찾아가 + 았어요 → 찾아갔어요
hiện tại : 찾아가 + 아요 → 찾아가요
tương lai : 찾아가 + ㄹ 거예요 → 찾아갈 거예요

(213) 찾아오다 [chajaoda]

tìm đến, đến

Đến để gặp ai hay làm việc gì.

quá khứ : 찾아오 + 았어요 → 찾아왔어요
hiện tại : 찾아오 + 아요 → 찾아와요
tương lai : 찾아오 + ㄹ 거예요 → 찾아올 거예요

(214) 초대하다 [chodaehada]

mời

Thỉnh cầu người khác đến địa điểm, cuộc họp hay sự kiện... nào đó.

quá khứ : 초대하 + 였어요 → 초대했어요
hiện tại : 초대하 + 여요 → 초대해요
tương lai : 초대하 + ㄹ 거예요 → 초대할 거예요

(215) 축하하다 [chukahada]

chúc mừng, chúc

Chào hỏi với lòng vui mừng đối với việc của người khác được tốt đẹp.

quá khứ : 축하하 + 였어요 → 축하했어요
hiện tại : 축하하 + 여요 → 축하해요
tương lai : 축하하 + ㄹ 거예요 → 축하할 거예요

(216) 취소하다 [chwisohada]

hủy bỏ

Thu hồi điều đã công bố, bỏ đi điều đã hứa hoặc việc đã được dự định.

quá khứ : 취소하 + 였어요 → 취소했어요
hiện tại : 취소하 + 여요 → 취소해요
tương lai : 취소하 + ㄹ 거예요 → 취소할 거예요

(217) 헤어지다 [heeojida]

chia tay, ly biệt

Xa cách người từng ở cùng.

quá khứ : 헤어지 + 었어요 → 헤어졌어요
hiện tại : 헤어지 + 어요 → 헤어져요
tương lai : 헤어지 + ㄹ 거예요 → 헤어질 거예요

(218) 환영하다 [hwanyeonghada]

chào mừng, hoan nghênh

Đón tiếp người tìm đến một cách vui vẻ và mừng rỡ.

quá khứ : 환영하 + 였어요 → 환영했어요
hiện tại : 환영하 + 여요 → 환영해요
tương lai : 환영하 + ㄹ 거예요 → 환영할 거예요

(219) 갈아타다 [garatada]

chuyển, đổi (tàu, xe···)

Xuống khỏi cái đang đi và đổi sang đi cái khác.

quá khứ : 갈아타 + 았어요 → 갈아탔어요
hiện tại : 갈아타 + 아요 → 갈아타요
tương lai : 갈아타 + ㄹ 거예요 → 갈아탈 거예요

(220) 건너가다 [geonneogada]

đi qua, vượt qua

Lấy sông, cầu, con đường làm tâm điểm ở giữa và đi từ phía bên này sang phía bên kia.

quá khứ : 건너가 + 았어요 → 건너갔어요
hiện tại : 건너가 + 아요 → 건너가요
tương lai : 건너가 + ㄹ 거예요 → 건너갈 거예요

(221) 건너다 [geonneoda]

sang

Đi qua hoặc vượt qua cái gì đó để di chuyển về phía đối diện.

quá khứ : 건너 + 었어요 → 건넜어요
hiện tại : 건너 + 어요 → 건너요
tương lai : 건너 + ㄹ 거예요 → 건널 거예요

(222) 내리다 [naerida]

xuống

Ra khỏi phương tiện di chuyển để tới nơi nào đó.

quá khứ : 내리 + 었어요 → 내렸어요
hiện tại : 내리 + 어요 → 내려요
tương lai : 내리 + ㄹ 거예요 → 내릴 거예요

(223) 도착하다 [dochakada]

đến nơi

Đạt đến đích.

quá khứ : 도착하 + 였어요 → 도착했어요
hiện tại : 도착하 + 여요 → 도착해요
tương lai : 도착하 + ㄹ 거예요 → 도착할 거예요

(224) 막히다 [makida]

bị tắc đường, bị kẹt đường

Xe không dễ đi được do trên đường nhiều xe.

quá khứ : 막히 + 었어요 → 막혔어요
hiện tại : 막히 + 어요 → 막혀요
tương lai : 막히 + ㄹ 거예요 → 막힐 거예요

(225) 안전하다 [anjeonhada]

an toàn

Không lo nguy hiểm sẽ xuất hiện hay sự cố sẽ xảy ra.

quá khứ : 안전하 + 였어요 → 안전했어요
hiện tại : 안전하 + 여요 → 안전해요
tương lai : 안전하 + ㄹ 거예요 → 안전할 거예요

(226) 운전하다 [unjeonhada]

lái xe

Khởi động rồi điều khiển máy móc hoặc ô tô.

quá khứ : 운전하 + 였어요 → 운전했어요
hiện tại : 운전하 + 여요 → 운전해요
tương lai : 운전하 + ㄹ 거예요 → 운전할 거예요

(227) 위험하다 [wiheomhada]

nguy hiểm

Không an toàn vì có khả năng bị thương hoặc gặp tại hại.

quá khứ : 위험하 + 였어요 → 위험했어요
hiện tại : 위험하 + 여요 → 위험해요
tương lai : 위험하 + ㄹ 거예요 → 위험할 거예요

(228) 주차하다 [juchahada]

đỗ xe, đậu xe

Đỗ xe... ở nơi nhất định.

quá khứ : 주차하 + 였어요 → 주차했어요
hiện tại : 주차하 + 여요 → 주차해요
tương lai : 주차하 + ㄹ 거예요 → 주차할 거예요

(229) 출발하다 [chulbalhada]
khởi hành
Sự lên đường và hướng đến nơi nào đó.

quá khứ : 출발하 + 였어요 → **출발했어요**
hiện tại : 출발하 + 여요 → **출발해요**
tương lai : 출발하 + ㄹ 거예요 → **출발할 거예요**

(230) 타다 [tada]
đáp, cưỡi
Lên phương tiện đi lại hay trên mình của loài thú sử dụng làm phương tiện đi lại

quá khứ : 타 + 았어요 → **탔어요**
hiện tại : 타 + 아요 → **타요**
tương lai : 타 + ㄹ 거예요 → **탈 거예요**

(231) 출근하다 [chulgeunhada]
đi làm
Đi đến hoặc đến chỗ làm để làm việc.

quá khứ : 출근하 + 였어요 → **출근했어요**
hiện tại : 출근하 + 여요 → **출근해요**
tương lai : 출근하 + ㄹ 거예요 → **출근할 거예요**

(232) 출퇴근하다 [chultoegeunhada]
đi làm và tan sở
Đi làm và tan sở.

quá khứ : 출퇴근하 + 였어요 → **출퇴근했어요**
hiện tại : 출퇴근하 + 여요 → **출퇴근해요**
tương lai : 출퇴근하 + ㄹ 거예요 → **출퇴근할 거예요**

(233) 취직하다 [chwijikada]

tìm được việc, có được việc làm

Có được nghề nghiệp nhất định và đi làm việc.

quá khứ : 취직하 + 였어요 → 취직했어요
hiện tại : 취직하 + 여요 → 취직해요
tương lai : 취직하 + ㄹ 거예요 → 취직할 거예요

(234) 퇴근하다 [toegeunhada]

tan sở

Kết thúc công việc ở chỗ làm và trở về hoặc về nhà.

quá khứ : 퇴근하 + 였어요 → 퇴근했어요
hiện tại : 퇴근하 + 여요 → 퇴근해요
tương lai : 퇴근하 + ㄹ 거예요 → 퇴근할 거예요

(235) 회의하다 [hoeuihada]

họp, họp bàn

Mọi người tụ họp, bàn luận.

quá khứ : 회의하 + 였어요 → 회의했어요
hiện tại : 회의하 + 여요 → 회의해요
tương lai : 회의하 + ㄹ 거예요 → 회의할 거예요

(236) 거짓말하다 [geojinmalhada]

nói dối, dối trá

Thêu dệt và nói cái không phải là sự thật giống như thật.

quá khứ : 거짓말하 + 였어요 → 거짓말했어요
hiện tại : 거짓말하 + 여요 → 거짓말해요
tương lai : 거짓말하 + ㄹ 거예요 → 거짓말할 거예요

(237) 농담하다 [nongdamhada]
nói đùa
Nói lời có ý đùa cợt hay trêu chọc người khác một cách bỡn cợt.

quá khứ : 농담하 + 였어요 → **농담했어요**
hiện tại : 농담하 + 여요 → **농담해요**
tương lai : 농담하 + ㄹ 거예요 → **농담할 거예요**

(238) 대답하다 [daedapada]
đáp lời, đáp lại
Đáp lại lời gọi.

quá khứ : 대답하 + 였어요 → **대답했어요**
hiện tại : 대답하 + 여요 → **대답해요**
tương lai : 대답하 + ㄹ 거예요 → **대답할 거예요**

(239) 대화하다 [daehwahada]
đối thoại
Đối diện và trò chuyện với nhau.

quá khứ : 대화하 + 였어요 → **했어요**
hiện tại : 대화하 + 여요 → **해요**
tương lai : 대화하 + ㄹ 거예요 → **할 거예요**

(240) 드리다 [deurida]
thưa chuyện, hỏi thăm, chào hỏi
Nói chuyện hay chào người trên.

quá khứ : 드리 + 었어요 → **드렸어요**
hiện tại : 드리 + 어요 → **드려요**
tương lai : 드리 + ㄹ 거예요 → **드릴 거예요**

(241) 말하다 [malhada]

nói

Thể hiện bằng lời sự việc nào đó hay suy nghĩ cũng như cảm nhận của bản thân.

quá khứ : 말하 + 였어요 → 말했어요
hiện tại : 말하 + 여요 → 말해요
tương lai : 말하 + ㄹ 거예요 → 말할 거예요

(242) 묻다 [mutda]

hỏi

Nói để yêu cầu câu trả lời hoặc sự giải thích.

quá khứ : 묻 + 었어요 → 물었어요
hiện tại : 묻 + 어요 → 물어요
tương lai : 묻 + 을 거예요 → 물을 거예요

(243) 물어보다 [mureoboda]

hỏi xem, hỏi thử

Hỏi để biết được điều gì đó.

quá khứ : 물어보 + 았어요 → 물어봤어요
hiện tại : 물어보 + 아요 → 물어봐요
tương lai : 물어보 + ㄹ 거예요 → 물어볼 거예요

(244) 설명하다 [seolmyeonghada]

giải thích

Giải bày điều nào đó cho người khác dễ hiểu.

quá khứ : 설명하 + 였어요 → 설명했어요
hiện tại : 설명하 + 여요 → 설명해요
tương lai : 설명하 + ㄹ 거예요 → 설명할 거예요

(245) 쓰다 [sseuda]

viết, chép

Vẽ nét rồi ghi chữ nhất định lên giấy... bằng dụng cụ ghi chép như bút chì hoặc bút...

quá khứ : 쓰 + 었어요 → 썼어요
hiện tại : 쓰 + 어요 → 써요
tương lai : 쓰 + ㄹ 거예요 → 쓸 거예요

(246) 얘기하다 [yaegihada]

nói chuyện

Nói với ai đó về sự thật, trạng thái, hiện tượng, kinh nghiệm hay suy nghĩ... nào đó.

quá khứ : 얘기하 + 였어요 → 얘기했어요
hiện tại : 얘기하 + 여요 → 얘기해요
tương lai : 얘기하 + ㄹ 거예요 → 얘기할 거예요

(247) 읽다 [ikda]

đọc

Nhìn bài hay chữ rồi phát ra tiếng theo âm đó và thể hiện thành lời.

quá khứ : 읽 + 었어요 → 읽었어요
hiện tại : 읽 + 어요 → 읽어요
tương lai : 읽 + 을 거예요 → 읽을 거예요

(248) 질문하다 [jilmunhada]

đặt câu hỏi, chất vấn, hỏi

Hỏi điều mình không biết hay điều muốn biết.

quá khứ : 질문하 + 였어요 → 질문했어요
hiện tại : 질문하 + 여요 → 질문해요
tương lai : 질문하 + ㄹ 거예요 → 질문할 거예요

(249) 칭찬하다 [chingchanhada]

khen ngợi, tán dương

Thể hiện thành lời những suy nghĩ tốt đẹp về điểm tốt hay việc tốt.

quá khứ : 칭찬하 + 였어요 → **칭찬했어요**
hiện tại : 칭찬하 + 여요 → **칭찬해요**
tương lai : 칭찬하 + ㄹ 거예요 → **칭찬할 거예요**

(250) 끊다 [kkeunta]

cắt, ngừng, cúp

Làm gián đoạn việc trao đổi lời nói hay suy nghĩ qua điện thoại hay internet.

quá khứ : 끊 + 었어요 → **끊었어요**
hiện tại : 끊 + 어요 → **끊어요**
tương lai : 끊 + 을 거예요 → **끊을 거예요**

(251) 부치다 [buchida]

gửi

Gửi thư hay hàng hóa⋯

quá khứ : 부치 + 었어요 → **부쳤어요**
hiện tại : 부치 + 어요 → **부쳐요**
tương lai : 부치 + ㄹ 거예요 → **부칠 거예요**

(252) 줄이다 [jurida]

làm giảm, rút ngắn, thu nhỏ

Làm cho chiều dài, chiều rộng, thể tích của vật thể nào đó nhỏ hơn ban đầu.

quá khứ : 줄이 + 었어요 → **줄였어요**
hiện tại : 줄이 + 어요 → **줄여요**
tương lai : 줄이 + ㄹ 거예요 → **줄일 거예요**

(253) 줄다 [julda]

giảm, co, ngót

Chiều dài, chiều rộng hay thể tích... của vật thể trở nên nhỏ hơn ban đầu.

quá khứ : 줄 + 었어요 → 줄었어요
hiện tại : 줄 + 어요 → 줄어요
tương lai : 줄 + ㄹ 거예요 → 줄 거예요

(254) 비다 [bida]

trống không, trống rỗng

Không có bất kì ai hoặc không có bất cứ thứ gì trong không gian nào đó.

quá khứ : 비 + 었어요 → 비었어요
hiện tại : 비 + 어요 → 비어요
tương lai : 비 + ㄹ 거예요 → 빌 거예요

(255) 모자라다 [mojarada]

thiếu

Không đạt đến được mức độ hay số, lượng đã định.

quá khứ : 모자라 + 았어요 → 모자랐어요
hiện tại : 모자라 + 아요 → 모자라요
tương lai : 모자라 + ㄹ 거예요 → 모자랄 거예요

(256) 늘다 [neulda]

giãn ra, phình ra, nở ra

Chiều dài hay chiều rộng, thể tích của vật thể trở nên dài hay to hơn ban đầu.

quá khứ : 늘 + 었어요 → 늘었어요
hiện tại : 늘 + 어요 → 늘어요
tương lai : 늘 + ㄹ 거예요 → 늘 거예요

(257) 남다 [namda]

còn lại, thừa lại

Còn thừa lại vì không dùng hết.

quá khứ : 남 + 았어요 → 남았어요
hiện tại : 남 + 아요 → 남아요
tương lai : 남 + 을 거예요 → 남을 거예요

(258) 남기다 [namgida]

để thừa, để lại

Không làm hết và để thừa lại.

quá khứ : 남기 + 었어요 → 남겼어요
hiện tại : 남기 + 어요 → 남겨요
tương lai : 남기 + ㄹ 거예요 → 남길 거예요

(259) 오다 [oda]

rơi, kéo đến

Hiện tượng thời tiết như mưa hay tuyết xuất hiện hoặc cái lạnh ập đến.

quá khứ : 오 + 았어요 → 왔어요
hiện tại : 오 + 아요 → 와요
tương lai : 오 + ㄹ 거예요 → 올 거예요

(260) 불다 [bulda]

thổi

Gió nổi lên và chuyển động theo hướng nào đó.

quá khứ : 불 + 었어요 → 불었어요
hiện tại : 불 + 어요 → 불어요
tương lai : 불 + ㄹ 거예요 → 불 거예요

(261) 내리다 [naerida]

rơi, rơi xuống

Tuyết hay mưa đến.

quá khứ : 내리 + 었어요 → 내렸어요
hiện tại : 내리 + 어요 → 내려요
tương lai : 내리 + ㄹ 거예요 → 내릴 거예요

(262) 그치다 [geuchida]

dừng, ngừng, hết, tạnh

Hiện tượng, chuyển động, sự việc vốn đang diễn ra không còn tiếp tục nữa mà dừng lại.

quá khứ : 그치 + 었어요 → 그쳤어요
hiện tại : 그치 + 어요 → 그쳐요
tương lai : 그치 + ㄹ 거예요 → 그칠 거예요

(263) 배우다 [baeuda]

học, học tập

Tiếp nhận tri thức mới.

quá khứ : 배우 + 었어요 → 배웠어요
hiện tại : 배우 + 어요 → 배워요
tương lai : 배우 + ㄹ 거예요 → 배울 거예요

(264) 가르치다 [gareuchida]

dạy

Giải thích làm cho quen tri thức hay kĩ thuật…

quá khứ : 가르치 + 었어요 → 가르쳤어요
hiện tại : 가르치 + 어요 → 가르쳐요
tương lai : 가르치 + ㄹ 거예요 → 가르칠 거예요

(265) 팔다 [palda]

bán

Nhận tiền và trao món đồ hay quyền lợi hoặc cung cấp sức lao động... cho người khác.

quá khứ : 팔 + 았어요 → 팔았어요
hiện tại : 팔 + 아요 → 팔아요
tương lai : 팔 + ㄹ 거예요 → 팔 거예요

(266) 팔리다 [pallida]

bị bán, được bán

Đồ đạc hoặc quyền lợi được trao cho người khác hay sức lao động được cung cấp cho người khác và có nhận tiền của người đó.

quá khứ : 팔리 + 었어요 → 팔렸어요
hiện tại : 팔리 + 어요 → 팔려요
tương lai : 팔리 + ㄹ 거예요 → 파릴 거예요

(267) 올리다 [ollida]

đưa lên, nâng lên, tăng lên

Làm cho giá, chỉ số hay sức lực tăng lên hay nhiều lên.

quá khứ : 올리 + 었어요 → 올렸어요
hiện tại : 올리 + 어요 → 올려요
tương lai : 올리 + ㄹ 거예요 → 올릴 거예요

(268) 사다 [sada]

mua

Trao tiền và biến đồ vật hay quyền lợi... nào đó thành cái của mình.

quá khứ : 사 + 았어요 → 샀어요
hiện tại : 사 + 아요 → 사요
tương lai : 사 + ㄹ 거예요 → 살 거예요

(269) 빌리다 [billida]

mượn, thuê

Dùng tạm đồ của người khác rồi trả lại.

quá khứ : 빌리 + 었어요 → **빌렸어요**
hiện tại : 빌리 + 어요 → **빌려요**
tương lai : 빌리 + ㄹ 거예요 → **빌릴 거예요**

(270) 벌다 [beolda]

kiếm

Làm việc và nhận lấy hoặc tích góp tiền bạc.

quá khứ : 벌 + 었어요 → **벌었어요**
hiện tại : 벌 + 어요 → **벌어요**
tương lai : 벌 + ㄹ 거예요 → **벌 거예요**

(271) 들다 [deulda]

mất, tốn

Tiền bạc, thời gian, nỗ lực được dùng vào việc nào đó.

quá khứ : 들 + 었어요 → **들었어요**
hiện tại : 들 + 어요 → **들어요**
tương lai : 들 + ㄹ 거예요 → **들 거예요**

(272) 깎다 [kkakda]

giảm bớt

Giảm giá, số tiền, mức độ...

quá khứ : 깎 + 았어요 → **깎았어요**
hiện tại : 깎 + 아요 → **깎아요**
tương lai : 깎 + 을 거예요 → **깎을 거예요**

(273) 갚다 [gapda]

trả

Trả lại thứ đã mượn.

quá khứ : 갚 + 았어요 → 갚았어요
hiện tại : 갚 + 아요 → 갚아요
tương lai : 갚 + 을 거예요 → 갚을 거예요

(274) 통화하다 [tonghwahada]

gọi điện thoại

Trao đổi lời nói qua điện thoại.

quá khứ : 통화하 + 였어요 → 통화했어요
hiện tại : 통화하 + 여요 → 통화해요
tương lai : 통화하 + ㄹ 거예요 → 통화할 거예요

(275) 교환하다 [gyohwanhada]

đổi, hoán đổi

Đổi cái gì đó thành một cái khác.

quá khứ : 교환하 + 였어요 → 교환했어요
hiện tại : 교환하 + 여요 → 교환해요
tương lai : 교환하 + ㄹ 거예요 → 교환할 거예요

(276) 배달하다 [baedalhada]

phát, giao

Mang giao bưu phẩm hay hàng hoá, thức ăn...

quá khứ : 배달하 + 였어요 → 배달했어요
hiện tại : 배달하 + 여요 → 배달해요
tương lai : 배달하 + ㄹ 거예요 → 배달할 거예요

(277) 선택하다 [seontaekada]
chọn, lựa, chọn lựa, chọn lọc

Chọn lọc lấy ra cái cần thiết trong số đông.

quá khứ : 선택하 + 였어요 → **선택했어요**
hiện tại : 선택하 + 여요 → **선택해요**
tương lai : 선택하 + ㄹ 거예요 → **선택할 거예요**

(278) 할인하다 [harinhada]
giảm giá, giảm giá khuyến mại, hạ giá

Giảm bao nhiêu đó từ giá đã quy định.

quá khứ : 할인하 + 였어요 → **할인했어요**
hiện tại : 할인하 + 여요 → **할인해요**
tương lai : 할인하 + ㄹ 거예요 → **할인할 거예요**

(279) 환전하다 [hwanjeonhada]
đổi tiền

Đổi ngang tiền của một nước với tiền của nước khác.

quá khứ : 환전하 + 였어요 → **환전했어요**
hiện tại : 환전하 + 여요 → **환전해요**
tương lai : 환전하 + ㄹ 거예요 → **환전할 거예요**

(280) 결석하다 [gyeolseokada]
vắng mặt

Không có mặt ở những vị trí chính thức như trường học hay buổi hội nghị.

quá khứ : 결석하 + 였어요 → **결석했어요**
hiện tại : 결석하 + 여요 → **결석해요**
tương lai : 결석하 + ㄹ 거예요 → **결석할 거예요**

(281) 공부하다 [gongbuhada]
học, học tập, học hành

Học tập học vấn hay kỹ thuật và tiếp nhận kiến thức.

quá khứ : 공부하 + 였어요 → **공부했어요**
hiện tại : 공부하 + 여요 → **공부해요**
tương lai : 공부하 + ㄹ 거예요 → **공부할 거예요**

(282) 교육하다 [gyoyukada]
giáo dục, dạy

Giảng dạy kiến thức, văn hóa, kỹ thuật...để nuôi dưỡng năng lực của cá nhân.

quá khứ : 교육하 + 였어요 → **교육했어요**
hiện tại : 교육하 + 여요 → **교육해요**
tương lai : 교육하 + ㄹ 거예요 → **교육할 거예요**

(283) 복습하다 [bokseupada]
ôn tập

Học lại điều đã học.

quá khứ : 복습하 + 였어요 → **복습했어요**
hiện tại : 복습하 + 여요 → **복습해요**
tương lai : 복습하 + ㄹ 거예요 → **복습할 거예요**

(284) 숙제하다 [sukjehada]
làm bài tập về nhà

Làm bài dành cho học sinh sau buổi học để ôn tập và chuẩn bị bài.

quá khứ : 숙제하 + 였어요 → **숙제했어요**
hiện tại : 숙제하 + 여요 → **숙제해요**
tương lai : 숙제하 + ㄹ 거예요 → **숙제할 거예요**

(285) 연습하다 [yeonseupada]

luyện tập, thực hành

Lặp đi lặp lại và làm quen giống như làm thực tế.

quá khứ : 연습하 + 였어요 → **연습했어요**
hiện tại : 연습하 + 여요 → **연습해요**
tương lai : 연습하 + ㄹ 거예요 → **연습할 거예요**

(286) 예습하다 [yeseupada]

luyện tập trước, học bài trước

Học trước những cái sẽ được học trong tương lai.

quá khứ : 예습하 + 였어요 → **예습했어요**
hiện tại : 예습하 + 여요 → **예습해요**
tương lai : 예습하 + ㄹ 거예요 → **예습할 거예요**

(287) 입학하다 [ipakada]

nhập học

Trở thành học sinh rồi đi vào trường để học.

quá khứ : 입학하 + 였어요 → **입학했어요**
hiện tại : 입학하 + 여요 → **입학해요**
tương lai : 입학하 + ㄹ 거예요 → **입학할 거예요**

(288) 졸업하다 [joreopada]

tốt nghiệp

Học sinh hoàn thành tất cả chương trình giáo khoa đã quy định trong nhà trường.

quá khứ : 졸업하 + 였어요 → **졸업했어요**
hiện tại : 졸업하 + 여요 → **졸업해요**
tương lai : 졸업하 + ㄹ 거예요 → **졸업할 거예요**

(289) 지각하다 [jigakada]

Không có từ tương ứng

Đi làm hoặc đi học trễ hơn giờ đã định.

quá khứ : 지각하 + 였어요 → **지각했어요**
hiện tại : 지각하 + 여요 → **지각해요**
tương lai : 지각하 + ㄹ 거예요 → **지각할 거예요**

(290) 출석하다 [chulseokada]

có mặt

Tham dự lớp học hay buổi hội họp.

quá khứ : 출석하 + 였어요 → **출석했어요**
hiện tại : 출석하 + 여요 → **출석해요**
tương lai : 출석하 + ㄹ 거예요 → **출석할 거예요**

한국어(tiếng Hàn)

형용사(Tính từ) 137

(1) 고프다 [gopeuda]

đói bụng

Đói bụng và thèm ăn.

배가 <u>고파요</u>.

baega gopayo.

배+가 <u>고프(고프)+아요</u>.
　　　　고파요

배 : bụng, ổ bụng

가 : Trợ từ (tiểu từ) thể hiện chủ thể của động tác hoặc đối tượng được đặt trong trạng thái hay tình huống nào đó.

고프다 : đói bụng

-아요 : (cách nói kính trọng phổ biến) Vĩ tố kết thúc câu thể hiện sự tường thuật sự việc nào đó hoặc nghi vấn, mệnh lệnh, khuyến nghị. <sự tường thuật>

(2) 부르다 [bureuda]

no

Có cảm giác trong bụng đầy do ăn thức ăn.

배가 <u>불러요</u>.

baega bulleoyo.

배+가 <u>부르(불ㄹ)+어요</u>.
　　　　불러요

배 : bụng, ổ bụng

가 : Trợ từ (tiểu từ) thể hiện chủ thể của động tác hoặc đối tượng được đặt trong trạng thái hay tình huống nào đó.

부르다 : no

-어요 : (cách nói kính trọng phổ biến) Vĩ tố kết thúc câu thể hiện sự tường thuật sự việc nào đó hay nghi vấn, mệnh lệnh, đề nghị. <sự tường thuật>

(3) 아프다 [apeuda]

đau

Cảm nhận chứng đau hoặc khổ sở vì bị thương hoặc bị bệnh.

목이 <u>아파요</u>.

mogi apayo.

목+이 <u>아프(아프)+아요</u>.
　　　아파요

목 : cổ

이 : Trợ từ (tiểu từ) thể hiện chủ thể của động tác hoặc đối tượng của trạng thái hay tình huống nào đó.

아프다 : đau

-아요 : (cách nói kính trọng phổ biến) Vĩ tố kết thúc câu thể hiện sự tường thuật sự việc nào đó hoặc nghi vấn, mệnh lệnh, khuyến nghị. <sự tường thuật>

(4) 고맙다 [gomapda]

cảm ơn, biết ơn

Hài lòng và muốn báo đáp vì người khác đã làm giúp mình điều gì đó.

도와줘서 <u>고마워요</u>.

dowajwoseo gomawoyo.

도와주+어서 <u>고맙(고마우)+어요</u>.
　　　　고마워요

도와주다 : giúp cho, giúp đỡ

-어서 : Vĩ tố liên kết thể hiện lý do hay căn cứ.

고맙다 : cảm ơn, biết ơn

-어요 : (cách nói kính trọng phổ biến) Vĩ tố kết thúc câu thể hiện sự tường thuật sự việc nào đó hay nghi vấn, mệnh lệnh, đề nghị. <sự tường thuật>

(5) 괜찮다 [gwaenchanta]
được

Khá tốt.

맛이 괜찮아요.

masi gwaenchanayo.

맛+이 괜찮+아요.

맛 : vị

이 : Trợ từ (tiểu từ) thể hiện chủ thể của động tác hoặc đối tượng của trạng thái hay tình huống nào đó.

괜찮다 : được

-아요 : (cách nói kính trọng phổ biến) Vĩ tố kết thúc câu thể hiện sự tường thuật sự việc nào đó hoặc nghi vấn, mệnh lệnh, khuyến nghị. <sự tường thuật>

(6) 귀엽다 [gwiyeopda]
dễ thương

Trông đẹp và đáng yêu.

얼굴이 귀여워요.

eolguri gwiyeowoyo.

얼굴+이 귀엽(귀여우)+어요.
　　　　　 귀여워요

얼굴 : khuôn mặt

이 : Trợ từ (tiểu từ) thể hiện chủ thể của động tác hoặc đối tượng của trạng thái hay tình huống nào đó.

귀엽다 : dễ thương

-어요 : (cách nói kính trọng phổ biến) Vĩ tố kết thúc câu thể hiện sự tường thuật sự việc nào đó hay nghi vấn, mệnh lệnh, đề nghị. <sự tường thuật>

(7) 귀찮다 [gwichanta]

phiền phức, bực mình

Ghét và khó chịu.

씻기가 귀찮아요.

ssitgiga gwichanayo.

씻+기+가 귀찮+아요.

씻다 : rửa

-기 : Vĩ tố làm cho từ ngữ ở trước có chức năng của danh từ.

가 : Trợ từ (tiểu từ) thể hiện chủ thể của động tác hoặc đối tượng được đặt trong trạng thái hay tình huống nào đó.

귀찮다 : phiền phức, bực mình

-아요 : (cách nói kính trọng phổ biến) Vĩ tố kết thúc câu thể hiện sự tường thuật sự việc nào đó hoặc nghi vấn, mệnh lệnh, khuyến nghị. <sự tường thuật>

(8) 그립다 [geuripda]

mong nhớ, nhớ nhung

Rất nhớ và muốn gặp.

가족이 그리워요.

gajogi geuriwoyo.

가족+이 그립(그리우)+어요.
        그리워요

가족 : gia đình

이 : Trợ từ (tiểu từ) thể hiện chủ thể của động tác hoặc đối tượng của trạng thái hay tình huống nào đó.

그립다 : mong nhớ, nhớ nhung

-어요 : (cách nói kính trọng phổ biến) Vĩ tố kết thúc câu thể hiện sự tường thuật sự việc nào đó hay nghi vấn, mệnh lệnh, đề nghị. <sự tường thuật>

(9) 기쁘다 [gippeuda]

vui

Cảm xúc rất tốt và vui.

시험에 합격해서 <u>기뻐요</u>.

siheome hapgyeokaeseo gippeoyo.

시험+에 합격하+여서 <u>기쁘(기쁘)+어요</u>.

기뻐요

시험 : sự thi cử, sự kiểm tra, sự sát hạch

에 : Trợ từ (tiểu từ) thể hiện từ ngữ phía trước là đối tượng của hành vi hay tình cảm... nào đó.

합격하다 : đỗ, đạt (tiêu chuẩn, qui định)

-여서 : Vĩ tố liên kết thể hiện lý do hay căn cứ.

기쁘다 : vui

-어요 : (cách nói kính trọng phổ biến) Vĩ tố kết thúc câu thể hiện sự tường thuật sự việc nào đó hay nghi vấn, mệnh lệnh, đề nghị. <sự tường thuật>

(10) 답답하다 [dapdapada]

ngột ngạt

Giống như bị nghẹt thở hay khó thở.

가슴이 <u>답답해요</u>.

gaseumi dapdapaeyo.

가슴+이 <u>답답하+여요</u>.

답답해요

가슴 : lồng ngực

이 : Trợ từ (tiểu từ) thể hiện chủ thể của động tác hoặc đối tượng của trạng thái hay tình huống nào đó.

답답하다 : ngột ngạt

-여요 : (cách nói kính trọng phổ biến) Vĩ tố kết thúc câu thể hiện sự tường thuật sự việc nào đó hay nghi vấn, mệnh lệnh, đề nghị. <sự tường thuật>

(11) 무섭다 [museopda]

sợ

Đối tượng nào đó bị né tránh hoặc sợ việc gì đó xảy ra.

귀신이 <u>무서워요</u>.

gwisini museowoyo.

귀신+이 <u>무섭(무서우)+어요</u>.
　　　　　　무서워요

귀신 : quỷ thần

이 : Trợ từ (tiểu từ) thể hiện chủ thể của động tác hoặc đối tượng của trạng thái hay tình huống nào đó.

무섭다 : sợ

-어요 : (cách nói kính trọng phổ biến) Vĩ tố kết thúc câu thể hiện sự tường thuật sự việc nào đó hay nghi vấn, mệnh lệnh, đề nghị. <sự tường thuật>

(12) 반갑다 [bangapda]

hân hoan, vui sướng, hân hạnh

Lòng vui mừng và phấn khởi vì gặp được người mình muốn gặp hay việc mong muốn được thực hiện.

만나게 되어 <u>반가워요</u>.

mannage doeeo bangawoyo.

만나+[게 되]+어 <u>반갑(반가우)+어요</u>.
　　　　　　　　　　반가워요

만나다 : gặp, gặp gỡ, gặp mặt

-게 되다 : Cấu trúc thể hiện sự trở thành trạng thái hay tình huống mà từ ngữ phía trước thể hiện.

-어 : Vĩ tố liên kết thể hiện vế trước là nguyên nhân hay lí do đối với vế sau.

반갑다 : hân hoan, vui sướng, hân hạnh

-어요 : (cách nói kính trọng phổ biến) Vĩ tố kết thúc câu thể hiện sự tường thuật sự việc nào đó hay nghi vấn, mệnh lệnh, đề nghị. <sự tường thuật>

(13) 부끄럽다 [bukkeureopda]

ngượng nghịu, thẹn thùng

E thẹn hay bẽn lẽn.

칭찬해 주시니 부끄러워요.

chingchanhae jusini bukkeureowoyo.

칭찬하+[여 주]+시+니 부끄럽(부끄러우)+어요.
　　칭찬해 주시니　　　　부끄러워요

칭찬하다 : khen ngợi, tán dương
-여 주다 : Cấu trúc thể hiện việc thực hiện hành động mà từ ngữ phía trước thể hiện vì người khác.
-시- : Vĩ tố thể hiện nghĩa kính trọng chủ thể của động tác hay trạng thái nào đó.
-니 : Vĩ tố liên kết thể hiện vế trước trở thành nguyên nhân, căn cứ hay tiền đề đối với vế sau.
부끄럽다 : ngượng nghịu, thẹn thùng
-어요 : (cách nói kính trọng phổ biến) Vĩ tố kết thúc câu thể hiện sự tường thuật sự việc nào đó hay nghi vấn, mệnh lệnh, đề nghị. <sự tường thuật>

(14) 부럽다 [bureopda]

ghen tị, ganh tị, thèm muốn, thèm thuồng

Công việc hay đồ vật của người khác trông có vẻ tốt nên mình cũng sinh lòng mong làm được việc như vậy hoặc có được đồ vật như vậy.

한국어 잘하는 사람이 부러워요.

hangugeo jalhaneun sarami bureowoyo.

한국어 잘하+는 사람+이 부럽(부러우)+어요.
　　　　　　　　　　　부러워요

한국어 : Hàn ngữ, tiếng Hàn Quốc
잘하다 : giỏi, tốt
-는 : Vĩ tố làm cho từ ngữ phía trước có chức năng định ngữ và thể hiện sự kiện hay động tác xảy ra ở hiện tại.
사람 : con người
이 : Trợ từ (tiểu từ) thể hiện chủ thể của động tác hoặc đối tượng của trạng thái hay tình huống nào đó.
부럽다 : ghen tị, ganh tị, thèm muốn, thèm thuồng

-여요 : (cách nói kính trọng phổ biến) Vĩ tố kết thúc câu thể hiện sự tường thuật sự việc nào đó hay nghi vấn, mệnh lệnh, đề nghị. <sự tường thuật>

(15) 불쌍하다 [bulssanghada]
đáng thương, tội nghiệp
Sự tình hay tình hình không tốt nên đáng thương và đau lòng.

주인을 잃은 강아지가 <u>불쌍해요</u>.

juineul ireun gangajiga bulssanghaeyo.

주인+을 잃+은 강아지+가 <u>불쌍하+여요</u>.
불쌍해요

주인 : chủ, chủ nhân
을 : Trợ từ (tiểu từ) thể hiện đối tượng mà động tác trực tiếp ảnh hưởng đến.
잃다 : mất
-은 : Vĩ tố làm cho từ ngữ phía trước có chức năng định ngữ và thể hiện sự kiện hay động tác đã hoàn thành và trạng thái đó đang được duy trì.
강아지 : chó con, cún con
가 : Trợ từ (tiểu từ) thể hiện chủ thể của động tác hoặc đối tượng được đặt trong trạng thái hay tình huống nào đó.
불쌍하다 : đáng thương, tội nghiệp
-여요 : (cách nói kính trọng phổ biến) Vĩ tố kết thúc câu thể hiện sự tường thuật sự việc nào đó hay nghi vấn, mệnh lệnh, đề nghị. <sự tường thuật>

(16) 섭섭하다 [seopseopada]
thất vọng, ê chề
Buồn bã và hối tiếc.

선생님과 헤어지기가 <u>섭섭해요</u>.

seonsaengnimgwa heeojigiga seopseopaeyo.

선생님+과 헤어지+기+가 <u>섭섭하+여요</u>.
섭섭해요

선생님 : thầy giáo, cô giáo
과 : Trợ từ thể hiện coi ai đó như đối phương và là đối phương đó khi làm việc nào đó.

헤어지다 : chia tay, ly biệt

-기 : Vĩ tố làm cho từ ngữ ở trước có chức năng của danh từ.

가 : Trợ từ (tiểu từ) thể hiện chủ thể của động tác hoặc đối tượng được đặt trong trạng thái hay tình huống nào đó.

섭섭하다 : thất vọng, ê chề

-여요 : (cách nói kính trọng phổ biến) Vĩ tố kết thúc câu thể hiện sự tường thuật sự việc nào đó hay nghi vấn, mệnh lệnh, đề nghị. <sự tường thuật>

(17) 소중하다 [sojunghada]

quý báu

Rất quý trọng.

가족이 가장 <u>소중해요</u>.

gajogi gajang sojunghaeyo.

가족+이 가장 <u>소중하+여요</u>.
                소중해요

가족 : gia đình

이 : Trợ từ (tiểu từ) thể hiện chủ thể của động tác hoặc đối tượng của trạng thái hay tình huống nào đó.

가장 : nhất

소중하다 : quý báu

-여요 : (cách nói kính trọng phổ biến) Vĩ tố kết thúc câu thể hiện sự tường thuật sự việc nào đó hay nghi vấn, mệnh lệnh, đề nghị. <sự tường thuật>

(18) 슬프다 [seulpeuda]

buồn, buồn bã, buồn rầu

Đau lòng và day dứt đến ứa nước mắt.

영화의 내용이 <u>슬퍼요</u>.

yeonghwae naeyongi seulpeoyo.

영화+의 내용+이 <u>슬프(슬프)+어요</u>.
                슬퍼요

영화 : điện ảnh, phim

의 : Trợ từ thể hiện từ ngữ phía trước có quan hệ về sở hữu, nơi trực thuộc, chất liệu, quan hệ, nguồn gốc, chủ thể đối với từ ngữ phía sau.

내용 : nội dung

이 : Trợ từ (tiểu từ) thể hiện chủ thể của động tác hoặc đối tượng của trạng thái hay tình huống nào đó.

슬프다 : buồn, buồn bã, buồn rầu

-어요 : (cách nói kính trọng phổ biến) Vĩ tố kết thúc câu thể hiện sự tường thuật sự việc nào đó hay nghi vấn, mệnh lệnh, đề nghị. <sự tường thuật>

(19) 시원하다 [siwonhada]

mát mẻ

Không nóng cũng không lạnh mà mát dịu vừa phải.

바람이 시원해요.

barami siwonhaeyo.

바람+이 시원하+여요.
        시원해요

바람 : gió

이 : Trợ từ (tiểu từ) thể hiện chủ thể của động tác hoặc đối tượng của trạng thái hay tình huống nào đó.

시원하다 : mát mẻ

-여요 : (cách nói kính trọng phổ biến) Vĩ tố kết thúc câu thể hiện sự tường thuật sự việc nào đó hay nghi vấn, mệnh lệnh, đề nghị. <sự tường thuật>

(20) 싫다 [silta]

không ưa, không thích

Không vừa lòng.

매운 음식이 싫어요.

maeun eumsigi sireoyo.

맵(매우)+ㄴ 음식+이 싫+어요.
  매운

맵다 : cay

-ㄴ : Vĩ tố khiến cho từ ngữ phía trước có chức năng định ngữ và thể hiện sự kiện hay động tác được hoàn thành thì trạng thái đó vẫn đang được duy trì.

음식 : ẩm thực, thực phẩm

이 : Trợ từ (tiểu từ) thể hiện chủ thể của động tác hoặc đối tượng của trạng thái hay tình huống nào đó.

싫다 : không ưa, không thích

-어요 : (cách nói kính trọng phổ biến) Vĩ tố kết thúc câu thể hiện sự tường thuật sự việc nào đó hay nghi vấn, mệnh lệnh, đề nghị. <sự tường thuật>

(21) 외롭다 [oeropda]

cô độc, đơn độc

Trở nên có một mình hoặc cô đơn vì không có nơi để nương tựa.

지금 몹시 <u>외로워요</u>.

jigeum mopsi oerowoyo.

지금 몹시 <u>외롭(외로우)+어요</u>.
　　　　　　외로워요

지금 : bây giờ

몹시 : hết sức, rất

외롭다 : cô độc, đơn độc

-어요 : (cách nói kính trọng phổ biến) Vĩ tố kết thúc câu thể hiện sự tường thuật sự việc nào đó hay nghi vấn, mệnh lệnh, đề nghị. <sự tường thuật>

(22) 좋다 [jota]

tốt, ngon, hay, đẹp

Tính chất hay nội dung... của cái nào đó tuyệt vời và đáng hài lòng.

이 물건은 품질이 <u>좋아요</u>.

i mulgeoneun pumjiri joayo.

이 물건+은 품질+이 좋+아요.

이 : này

물건 : đồ vật, đồ

은 : Trợ từ (tiểu từ) thể hiện việc đối tượng nào đó là chủ đề câu chuyện trong câu.

품질 : chất lượng

이 : Trợ từ (tiểu từ) thể hiện chủ thể của động tác hoặc đối tượng của trạng thái hay tình huống nào đó.

좋다 : tốt, ngon, hay, đẹp

-아요 : (cách nói kính trọng phổ biến) Vĩ tố kết thúc câu thể hiện sự tường thuật sự việc nào đó hoặc nghi vấn, mệnh lệnh, khuyến nghị. <sự tường thuật>

(23) 죄송하다 [joesonghada]

xin lỗi, cảm thấy có lỗi

Rất áy náy như đã gây ra tội.

늦어서 죄송해요.

neujeoseo joesonghaeyo.

늦+어서 죄송하+여요.
        죄송해요

늦다 : muộn, trễ

-어서 : Vĩ tố liên kết thể hiện lý do hay căn cứ.

죄송하다 : xin lỗi, cảm thấy có lỗi

-여요 : (cách nói kính trọng phổ biến) Vĩ tố kết thúc câu thể hiện sự tường thuật sự việc nào đó hay nghi vấn, mệnh lệnh, đề nghị. <sự tường thuật>

(24) 즐겁다 [jeulgeopda]

vui vẻ

Thỏa mãn và vui mừng vì hài lòng.

여행은 언제나 즐거워요.

yeohaengeun eonjena jeulgeowoyo.

여행+은 언제나 즐겁(즐거우)+어요.
        즐거워요

여행 : (sự) du lịch

은 : Trợ từ (tiểu từ) thể hiện việc đối tượng nào đó là chủ đề câu chuyện trong câu.

언제나 : luôn luôn, bao giờ cũng

즐겁다 : vui vẻ

-어요 : (cách nói kính trọng phổ biến) Vĩ tố kết thúc câu thể hiện sự tường thuật sự việc nào đó hay nghi vấn, mệnh lệnh, đề nghị. <sự tường thuật>

(25) 급하다 [geupada]

gấp, khẩn cấp

Tình hình hay tình huống ở trạng thái phải xử lý nhanh.

갑자기 <u>급한</u> 일이 생겼어요.

gapjagi geupan iri saenggyeosseoyo.

갑자기 <u>급하</u>+ㄴ 일+이 <u>생기</u>+었+<u>어요</u>.
　　　　급한　　　　　　　생겼어요

갑자기 : đột ngột, bất thình lình, bỗng nhiên

급하다 : gấp, khẩn cấp

-ㄴ : Vĩ tố khiến cho từ ngữ phía trước có chức năng định ngữ và thể hiện sự kiện hay động tác được hoàn thành thì trạng thái đó vẫn đang được duy trì.

일 : việc, công chuyện

이 : Trợ từ (tiểu từ) thể hiện chủ thể của động tác hoặc đối tượng của trạng thái hay tình huống nào đó.

생기다 : phát sinh, nảy sinh

-었- : Vĩ tố thể hiện tình huống mà sự kiện nào đó đã hoàn thành trong quá khứ hoặc kết quả của sự kiện đó được tiếp tục đến hiện tại.

-어요 : (cách nói kính trọng phổ biến) Vĩ tố kết thúc câu thể hiện sự tường thuật sự việc nào đó hay nghi vấn, mệnh lệnh, đề nghị. <sự tường thuật>

(26) 조용하다 [joyonghada]

trầm lặng, lặng lẽ

Ít lời và hạnh động điềm đạm.

도서관에서는 <u>조용하게</u> 말하세요.

doseogwaneseoneun joyonghage malhaseyo.

도서관+에서+는 조용하+게 말하+세요.

도서관 : thư viện

에서 : Trợ từ thể hiện lời phía trước là địa điểm mà hành động nào đó được diễn ra.

는 : Trợ từ (tiểu từ) thể hiện việc đối tượng nào đó là chủ đề câu chuyện trong câu.

조용하다 : trầm lặng, lặng lẽ

-게 : Vĩ tố liên kết thể hiện vế trước trở thành mục đích hay kết quả, phương thức, mức độ của sự việc chỉ ra ở sau.

말하다 : nói

-세요 : (cách nói kính trọng phổ biến) Vĩ tố kết thúc câu thể hiện nghĩa giải thích, nghi vấn, mệnh lệnh, yêu cầu. <sự ra lệnh>

(27) 곧다 [gotda]
thẳng, ngay thẳng

Vạnh kẻ, đường đi, tư thế ngay thẳng không nghiêng lệch.

허리를 곧게 펴세요.
heorireul gotge pyeoseyo.

허리+를 곧+게 펴+세요.

허리 : eo, chỗ thắt lưng

를 : Trợ từ (tiểu từ) thể hiện đối tượng mà động tác gây ảnh hưởng trực tiếp.

곧다 : thẳng, ngay thẳng

-게 : Vĩ tố liên kết thể hiện vế trước trở thành mục đích hay kết quả, phương thức, mức độ của sự việc chỉ ra ở sau.

펴다 : duỗi

-세요 : (cách nói kính trọng phổ biến) Vĩ tố kết thúc câu thể hiện nghĩa giải thích, nghi vấn, mệnh lệnh, yêu cầu. <sự ra lệnh>

(28) 까다롭다 [kkadaropda]
cầu kỳ, rắc rối

Điều kiện hoặc phương pháp phức tạp và nghiêm khắc, không dễ thực hiện.

이 문제는 까다로워요.
i munjeneun kkadarowoyo.

이 문제+는 <u>까다롭(까다로우)+어요</u>.
　　　　　　　 까따로워요

이 : này
문제 : đề (bài thi)
는 : Trợ từ (tiểu từ) thể hiện việc đối tượng nào đó là chủ đề câu chuyện trong câu.
까다롭다 : cầu kỳ, rắc rối
-어요 : (cách nói kính trọng phổ biến) Vĩ tố kết thúc câu thể hiện sự tường thuật sự việc nào đó hay nghi vấn, mệnh lệnh, đề nghị. <sự tường thuật>

(29) 깔끔하다 [kkalkkeumhada]
tươm tất, gọn gàng
Bộ dạng tươm tất và sạch sẽ.

방이 아주 <u>깔끔해요</u>.
bangi aju kkalkkeumhaeyo.

방+이 아주 <u>깔끔하+여요</u>.
　　　　　　　 깔끔해요

방 : phòng
이 : Trợ từ (tiểu từ) thể hiện chủ thể của động tác hoặc đối tượng của trạng thái hay tình huống nào đó.
아주 : rất
깔끔하다 : tươm tất, gọn gàng
-여요 : (cách nói kính trọng phổ biến) Vĩ tố kết thúc câu thể hiện sự tường thuật sự việc nào đó hay nghi vấn, mệnh lệnh, đề nghị. <sự tường thuật>

(30) 냉정하다 [naengjeonghada]
lạnh lùng
Thái độ lạnh nhạt và không có tình cảm ấm áp.

성격이 <u>냉정해요</u>.
seonggyeogi naengjeonghaeyo.

성격+이 냉정하+여요.
　　　　냉정해요

성격 : tính cách, tính nết

이 : Trợ từ (tiểu từ) thể hiện chủ thể của động tác hoặc đối tượng của trạng thái hay tình huống nào đó.

냉정하다 : lạnh lùng

-여요 : (cách nói kính trọng phổ biến) Vĩ tố kết thúc câu thể hiện sự tường thuật sự việc nào đó hay nghi vấn, mệnh lệnh, đề nghị. <sự tường thuật>

(31) 너그럽다 [neogeureopda]

rộng lượng, khoáng đạt, hào phóng, hào hiệp

Thấu hiểu hoàn cảnh của người khác và có tấm lòng rộng mở.

마음이 너그러워요.

maeumi neogeureowoyo.

마음+이 너그럽(너그러우)+어요.
　　　　너그러워요

마음 : tâm tính, tính tình

이 : Trợ từ (tiểu từ) thể hiện chủ thể của động tác hoặc đối tượng của trạng thái hay tình huống nào đó.

너그럽다 : rộng lượng, khoáng đạt, hào phóng, hào hiệp

-어요 : (cách nói kính trọng phổ biến) Vĩ tố kết thúc câu thể hiện sự tường thuật sự việc nào đó hay nghi vấn, mệnh lệnh, đề nghị. <sự tường thuật>

(32) 느긋하다 [neugeutada]

chậm rãi, thong thả, khoan thai

Không vội vàng và trong lòng thấy thoải mái.

숙제를 끝내서 마음이 느긋해요.

sukjereul kkeunnaeseo maeumi neugeutaeyo.

숙제+를 끝내+어서 마음+이 느긋하+여요.
　　　　　끝내서　　　　　　　느긋해요

숙제 : bài tập về nhà

를 : Trợ từ (tiểu từ) thể hiện đối tượng mà động tác gây ảnh hưởng trực tiếp.

끝내다 : kết thúc, chấm dứt, ngừng

-어서 : Vĩ tố liên kết thể hiện lý do hay căn cứ.

마음 : tâm tính, tính tình

이 : Trợ từ (tiểu từ) thể hiện chủ thể của động tác hoặc đối tượng của trạng thái hay tình huống nào đó.

느긋하다 : chậm rãi, thong thả, khoan thai

-여요 : (cách nói kính trọng phổ biến) Vĩ tố kết thúc câu thể hiện sự tường thuật sự việc nào đó hay nghi vấn, mệnh lệnh, đề nghị. <sự tường thuật>

(33) 다정하다 [dajeonghada]

đa tình, giàu tình cảm

Tấm lòng ấm áp và nhiều tình cảm.

아버지는 가족들에게 무척 다정해요.

abeojineun gajokdeurege mucheok dajeonghaeyo.

아버지+는 가족+들+에게 무척 다정하+여요.
　　　　　　　　　　　　　　다정해요

아버지 : cha, ba, bố

는 : Trợ từ (tiểu từ) thể hiện việc đối tượng nào đó là chủ đề câu chuyện trong câu.

가족 : gia đình

들 : Hậu tố thêm nghĩa 'số nhiều'.

에게 : Trợ từ thể hiện đối tượng mà hành động nào đó tác động đến.

무척 : rất, lắm, quá, thật

다정하다 : đa tình, giàu tình cảm

-여요 : (cách nói kính trọng phổ biến) Vĩ tố kết thúc câu thể hiện sự tường thuật sự việc nào đó hay nghi vấn, mệnh lệnh, đề nghị. <sự tường thuật>

(34) 못되다 [motdoeda]

hư hỏng, ngỗ nghịch

Tính chất hay hành động xấu về mặt đạo đức.

동생은 못된 버릇이 있어요.
dongsaengeun motdoen beoreusi isseoyo.

동생+은 못되+ㄴ 버릇+이 있+어요.
　　　　못된

동생 : em
은 : Trợ từ (tiểu từ) thể hiện việc đối tượng nào đó là chủ đề câu chuyện trong câu.
못되다 : hư hỏng, ngỗ nghịch
-ㄴ : Vĩ tố khiến cho từ ngữ phía trước có chức năng định ngữ và thể hiện sự kiện hay động tác được hoàn thành thì trạng thái đó vẫn đang được duy trì.
버릇 : thói quen
이 : Trợ từ (tiểu từ) thể hiện chủ thể của động tác hoặc đối tượng của trạng thái hay tình huống nào đó.
있다 : sở hữu, có
-어요 : (cách nói kính trọng phổ biến) Vĩ tố kết thúc câu thể hiện sự tường thuật sự việc nào đó hay nghi vấn, mệnh lệnh, đề nghị. <sự tường thuật>

(35) 변덕스럽다 [byeondeokseureopda]
thất thường
Lời nói, hành động hay tình cảm... có phần hay thay đổi thế này thế kia.

요즘 날씨가 변덕스러워요.
yojeum nalssiga byeondeokseureowoyo.

요즘 날씨+가 변덕스럽(변덕스러우)+어요.
　　　　　변덕스러워요

요즘 : gần đây, dạo gần đây, dạo này
날씨 : thời tiết
가 : Trợ từ (tiểu từ) thể hiện chủ thể của động tác hoặc đối tượng được đặt trong trạng thái hay tình huống nào đó.
변덕스럽다 : thất thường
-어요 : (cách nói kính trọng phổ biến) Vĩ tố kết thúc câu thể hiện sự tường thuật sự việc nào đó hay nghi vấn, mệnh lệnh, đề nghị. <sự tường thuật>

(36) 솔직하다 [soljikada]
thẳng thắn, thành thật
Không giả dối hay bịa đặt.

묻는 말에 솔직하게 대답하세요.
munneun mare soljikage daedapaseyo.

묻+는 말+에 솔직하+게 대답하+세요.

묻다 : hỏi
-는 : Vĩ tố làm cho từ ngữ phía trước có chức năng định ngữ và thể hiện sự kiện hay động tác xảy ra ở hiện tại.
말 : cách nói chuyện
에 : Trợ từ (tiểu từ) thể hiện từ ngữ phía trước là đối tượng của hành vi hay tình cảm... nào đó.
솔직하다 : thẳng thắn, thành thật
-게 : Vĩ tố liên kết thể hiện vế trước trở thành mục đích hay kết quả, phương thức, mức độ của sự việc chỉ ra ở sau.
대답하다 : trả lời
-세요 : (cách nói kính trọng phổ biến) Vĩ tố kết thúc câu thể hiện nghĩa giải thích, nghi vấn, mệnh lệnh, yêu cầu. <sự ra lệnh>

(37) 순수하다 [sunsuhada]
vô tư
Không có lòng tham cá nhân hoặc suy nghĩ tồi tệ.

순수하게 세상을 살고 싶어요.
sunsuhage sesangeul salgo sipeoyo.

순수하+게 세상+을 살+[고 싶]+어요.

순수하다 : vô tư
-게 : Vĩ tố liên kết thể hiện vế trước trở thành mục đích hay kết quả, phương thức, mức độ của sự việc chỉ ra ở sau.
세상 : thế gian
을 : Trợ từ (tiểu từ) thể hiện đối tượng mà động tác trực tiếp ảnh hưởng đến.
살다 : sống, sinh hoạt
-고 싶다 : Cấu trúc thể hiện muốn thực hiện hành động mà từ ngữ phía trước thể hiện.

-어요 : (cách nói kính trọng phổ biến) Vĩ tố kết thúc câu thể hiện sự tường thuật sự việc nào đó hay nghi vấn, mệnh lệnh, đề nghị. <sự tường thuật>

(38) 순진하다 [sunjinhada]
ngây thơ, trong sáng, hiền lành
Lòng ngay thẳng và thật thà.

그 사람은 어린아이처럼 순진해요.

geu sarameun eorinaicheoreom sunjinhaeyo.

그 사람+은 어린아이+처럼 순진하+여요.
순진해요

그 : đó, ấy, đấy
사람 : con người
은 : Trợ từ (tiểu từ) thể hiện việc đối tượng nào đó là chủ đề câu chuyện trong câu.
어린아이 : trẻ nhỏ, trẻ con
처럼 : Trợ từ thể hiện hình dáng hay mức độ tương tự hay giống nhau.
순진하다 : ngây thơ, trong sáng, hiền lành
-여요 : (cách nói kính trọng phổ biến) Vĩ tố kết thúc câu thể hiện sự tường thuật sự việc nào đó hay nghi vấn, mệnh lệnh, đề nghị. <sự tường thuật>

(39) 순하다 [sunhada]
hiền ngoan, dịu dàng
Tính chất, thái độ··· mềm mỏng và hiền lành.

아이가 성격이 순해요.

aiga seonggyeogi sunhaeyo.

아이+가 성격+이 순하+여요.
순해요

아이 : trẻ em, trẻ nhỏ, đứa trẻ, đứa bé, em bé
가 : Trợ từ (tiểu từ) thể hiện chủ thể của động tác hoặc đối tượng được đặt trong trạng thái hay tình huống nào đó.
성격 : tính cách, tính nết

이 : Trợ từ (tiểu từ) thể hiện chủ thể của động tác hoặc đối tượng được đặt trong trạng thái hay tình huống nào đó.

순하다 : hiền ngoan, dịu dàng

-여요 : (cách nói kính trọng phổ biến) Vĩ tố kết thúc câu thể hiện sự tường thuật sự việc nào đó hay nghi vấn, mệnh lệnh, đề nghị. <sự tường thuật>

(40) 활발하다 [hwalbalhada]
hoạt bát

Có sinh khí và tràn đầy sức mạnh.

나는 활발한 사람이 좋아요.
naneun hwalbalhan sarami joayo.

나+는 활발하+ㄴ 사람+이 좋+아요.
　　　　활발한

나 : tôi, mình, anh, chị...

는 : Trợ từ (tiểu từ) thể hiện việc đối tượng nào đó là chủ đề câu chuyện trong câu.

활발하다 : hoạt bát

-ㄴ : Vĩ tố khiến cho từ ngữ phía trước có chức năng định ngữ và thể hiện sự kiện hay động tác được hoàn thành thì trạng thái đó vẫn đang được duy trì.

사람 : con người

이 : Trợ từ (tiểu từ) thể hiện chủ thể của động tác hoặc đối tượng của trạng thái hay tình huống nào đó.

좋다 : tốt

-아요 : (cách nói kính trọng phổ biến) Vĩ tố kết thúc câu thể hiện sự tường thuật sự việc nào đó hoặc nghi vấn, mệnh lệnh, khuyến nghị. <sự tường thuật>

(41) 게으르다 [geeureuda]
lười biếng

Hành động chậm chạp và ghét di chuyển hoặc làm việc.

게으른 사람은 성공하지 못해요.
geeureun sarameun seonggonghaji motaeyo.

<u>게으르+ㄴ 사람+은 성공하+[지 못하]+여요.</u>
  게으른   성공하지 못해요

게으르다 : lười biếng
-ㄴ : Vĩ tố khiến cho từ ngữ phía trước có chức năng định ngữ và thể hiện sự kiện hay động tác được hoàn thành thì trạng thái đó vẫn đang được duy trì.
사람 : con người
은 : Trợ từ (tiểu từ) thể hiện việc đối tượng nào đó là chủ đề câu chuyện trong câu.
성공하다 : thành công
-지 못하다 : Cấu trúc thể hiện việc không có năng lực thực hiện hành động mà từ ngữ phía trước thể hiện hoặc không được như ý định của chủ ngữ.
-여요 : (cách nói kính trọng phổ biến) Vĩ tố kết thúc câu thể hiện sự tường thuật sự việc nào đó hay nghi vấn, mệnh lệnh, đề nghị. <sự tường thuật>

(42) 부지런하다 [bujireonhada]
siêng, siêng năng
Có khuynh hướng làm chăm chỉ miệt mài mà không lười biếng.

부지런한 사람이 성공할 수 있어요.
bujireonhan sarami seonggonghal su isseoyo.

<u>부지런하+ㄴ 사람+이 성공하+[ㄹ 수 있]+어요.</u>
  부지런한   성공할 수 있어요

부지런하다 : siêng, siêng năng
-ㄴ : Vĩ tố khiến cho từ ngữ phía trước có chức năng định ngữ và thể hiện sự kiện hay động tác được hoàn thành thì trạng thái đó vẫn đang được duy trì.
사람 : con người
이 : Trợ từ (tiểu từ) thể hiện chủ thể của động tác hoặc đối tượng của trạng thái hay tình huống nào đó.
성공하다 : thành công
-ㄹ 수 있다 : Cụm ngữ pháp thể hiện hành động hoặc trạng thái nào đó có thể xảy ra.
-어요 : (cách nói kính trọng phổ biến) Vĩ tố kết thúc câu thể hiện sự tường thuật sự việc nào đó hay nghi vấn, mệnh lệnh, đề nghị. <sự tường thuật>

(43) 착하다 [chakada]

hiền từ, hiền hậu, ngoan hiền

Tấm lòng hay hành động... đẹp, đúng đắn và dịu dàng.

그녀는 마음씨가 착해요.

geunyeoneun maeumssiga chakaeyo.

그녀+는 마음씨+가 착하+여요.
                        착해요

그녀 : cô ấy, bà ấy

는 : Trợ từ (tiểu từ) thể hiện việc đối tượng nào đó là chủ đề câu chuyện trong câu.

마음씨 : tấm lòng

가 : Trợ từ (tiểu từ) thể hiện chủ thể của động tác hoặc đối tượng được đặt trong trạng thái hay tình huống nào đó.

착하다 : hiền từ, hiền hậu, ngoan hiền

-여요 : (cách nói kính trọng phổ biến) Vĩ tố kết thúc câu thể hiện sự tường thuật sự việc nào đó hay nghi vấn, mệnh lệnh, đề nghị. <sự tường thuật>

(44) 친절하다 [chinjeolhada]

tử tế, niềm nở

Thái độ đối xử với con người tình cảm và nhẹ nhàng.

가게 주인은 모든 손님에게 친절해요.

gage juineun modeun sonnimege chinjeolhaeyo.

가게 주인+은 모든 손님+에게 친절하+여요.
                        친절해요

가게 : cửa hàng, cửa hiệu, cửa tiệm, quầy

주인 : chủ, chủ nhân

은 : Trợ từ (tiểu từ) thể hiện việc đối tượng nào đó là chủ đề câu chuyện trong câu.

모든 : tất cả, toàn bộ

손님 : vị khách

에게 : Trợ từ thể hiện đối tượng mà hành động nào đó tác động đến.

친절하다 : tử tế, niềm nở

-여요 : (cách nói kính trọng phổ biến) Vĩ tố kết thúc câu thể hiện sự tường thuật sự việc nào đó hay nghi vấn, mệnh lệnh, đề nghị. <sự tường thuật>

(45) 날씬하다 [nalssinhada]

mảnh mai, thon thả

Cơ thể thon thả trông ưa nhìn.

모델은 몸매가 날씬해요.

modereun mommaega nalssinhaeyo.

모델+은 몸매+가 날씬하+여요.
　　　　　　　　날씬해요

모델 : người mẫu
은 : Trợ từ (tiểu từ) thể hiện việc đối tượng nào đó là chủ đề câu chuyện trong câu.
몸매 : vóc dáng, dáng người
가 : Trợ từ (tiểu từ) thể hiện chủ thể của động tác hoặc đối tượng được đặt trong trạng thái hay tình huống nào đó.
날씬하다 : mảnh mai, thon thả
-여요 : (cách nói kính trọng phổ biến) Vĩ tố kết thúc câu thể hiện sự tường thuật sự việc nào đó hay nghi vấn, mệnh lệnh, đề nghị. <sự tường thuật>

(46) 뚱뚱하다 [ttungttunghada]

béo, mập

Tăng cân nên thân mình bè ra hai bên.

요즘은 뚱뚱한 청소년이 많아졌어요.

yojeumeun ttungttunghan cheongsonyeoni manajeosseoyo.

요즘+은 뚱뚱하+ㄴ 청소년+이 많아지+었+어요.
　　　　뚱뚱한　　　　　　많아졌어요

요즘 : gần đây, dạo gần đây, dạo này
은 : Trợ từ (tiểu từ) thể hiện việc đối tượng nào đó là chủ đề câu chuyện trong câu.
뚱뚱하다 : béo, mập

-ㄴ : Vĩ tố khiến cho từ ngữ phía trước có chức năng định ngữ và thể hiện sự kiện hay động tác được hoàn thành thì trạng thái đó vẫn đang được duy trì.

청소년 : thanh thiếu niên

이 : Trợ từ (tiểu từ) thể hiện chủ thể của động tác hoặc đối tượng của trạng thái hay tình huống nào đó.

많아지다 : trở nên nhiều

-었- : Vĩ tố thể hiện tình huống mà sự kiện nào đó đã hoàn thành trong quá khứ hoặc kết quả của sự kiện đó được tiếp tục đến hiện tại.

-어요 : (cách nói kính trọng phổ biến) Vĩ tố kết thúc câu thể hiện sự tường thuật sự việc nào đó hay nghi vấn, mệnh lệnh, đề nghị. <sự tường thuật>

(47) 아름답다 [areumdapda]

đẹp, hay

Đối tượng được nhìn thấy hoặc giọng nói, màu sắc… mang lại sự vui mắt, vui tai và hài lòng.

여기 경치가 무척 아름다워요.

yeogi gyeongchiga mucheok areumdawoyo.

여기 경치+가 무척 아름답(아름다우)+어요.
아름다워요

여기 : nơi này, ở đây

경치 : cảnh trí

가 : Trợ từ (tiểu từ) thể hiện chủ thể của động tác hoặc đối tượng được đặt trong trạng thái hay tình huống nào đó.

무척 : rất, lắm, quá, thật

아름답다 : đẹp, hay

-어요 : (cách nói kính trọng phổ biến) Vĩ tố kết thúc câu thể hiện sự tường thuật sự việc nào đó hay nghi vấn, mệnh lệnh, đề nghị. <sự tường thuật>

(48) 어리다 [eorida]

nhỏ tuổi, ít tuổi, trẻ

Ít tuổi.

내 동생은 아직 어려요.

nae dongsaengeun ajik eoryeoyo.

<u>나+</u>의 동생+은 아직 <u>어리+어요</u>.
　내　　　　　　　　어려요

나 : tôi, mình, anh, chị...
의 : Trợ từ thể hiện từ ngữ phía trước có quan hệ về sở hữu, nơi trực thuộc, chất liệu, quan hệ, nguồn gốc, chủ thể đối với từ ngữ phía sau.
동생 : em
은 : Trợ từ (tiểu từ) thể hiện việc đối tượng nào đó là chủ đề câu chuyện trong câu.
아직 : chưa, vẫn
어리다 : nhỏ tuổi, ít tuổi, trẻ
-어요 : (cách nói kính trọng phổ biến) Vĩ tố kết thúc câu thể hiện sự tường thuật sự việc nào đó hay nghi vấn, mệnh lệnh, đề nghị. <sự tường thuật>

(49) 예쁘다 [yeppeuda]
xinh đẹp, xinh xắn
Hình dạng đẹp ở mức nhìn thấy thích bằng mắt thường.

구름이 참 <u>예뻐요</u>.
gureumi cham yeppeoyo.

구름+이 참 <u>예쁘(예쁘)+어요</u>.
　　　　　　예뻐요

구름 : đám mây
이 : Trợ từ (tiểu từ) thể hiện chủ thể của động tác hoặc đối tượng của trạng thái hay tình huống nào đó.
참 : thật sự, quả thật, quả thực, quả là, đúng là
예쁘다 : xinh đẹp, xinh xắn
-어요 : (cách nói kính trọng phổ biến) Vĩ tố kết thúc câu thể hiện sự tường thuật sự việc nào đó hay nghi vấn, mệnh lệnh, đề nghị. <sự tường thuật>

(50) 젊다 [jeomda]
trẻ
Tuổi đang ở độ thanh xuân.

이 회사에는 젊은 사람들이 많아요.

i hoesaeneun jeolmeun saramdeuri manayo.

이 회사+에+는 젊+은 사람+들+이 많+아요.

이 : này

회사 : công ty

에 : Trợ từ (tiểu từ) thể hiện từ ngữ phía trước là địa điểm hay chỗ nào đó.

는 : Trợ từ (tiểu từ) thể hiện việc đối tượng nào đó là chủ đề câu chuyện trong câu.

젊다 : trẻ

-은 : Vĩ tố làm cho từ ngữ phía trước có chức năng định ngữ và thể hiện trạng thái hiện tại.

사람 : con người

들 : Hậu tố thêm nghĩa 'số nhiều'.

이 : Trợ từ (tiểu từ) thể hiện chủ thể của động tác hoặc đối tượng của trạng thái hay tình huống nào đó.

많다 : nhiều

-아요 : (cách nói kính trọng phổ biến) Vĩ tố kết thúc câu thể hiện sự tường thuật sự việc nào đó hoặc nghi vấn, mệnh lệnh, khuyến nghị. <sự tường thuật>

(51) 똑똑하다 [ttokttokada]

thông minh, nhạy bén

Đầu óc thông minh và lanh lợi.

친구는 똑똑해서 공부를 잘해요.

chinguneun ttokttokaeseo gongbureul jalhaeyo.

친구+는 똑똑하+여서 공부+를 잘하+여요.
　　　　 똑똑해서　　　　　　 잘해요

친구 : bạn

는 : Trợ từ (tiểu từ) thể hiện việc đối tượng nào đó là chủ đề câu chuyện trong câu.

똑똑하다 : thông minh, nhạy bén

-여서 : Vĩ tố liên kết thể hiện lý do hay căn cứ.

공부 : việc học, sự học

를 : Trợ từ (tiểu từ) thể hiện đối tượng mà động tác gây ảnh hưởng trực tiếp.

잘하다 : giỏi, tốt

-여요 : (cách nói kính trọng phổ biến) Vĩ tố kết thúc câu thể hiện sự tường thuật sự việc nào đó hay nghi vấn, mệnh lệnh, đề nghị. <sự tường thuật>

(52) 못하다 [motada]

kém, thua

Mức độ hay trình độ không đạt đến mức nào đó khi thử so sánh.

음식 맛이 예전보다 <u>못해요</u>.

eumsik masi yejeonboda motaeyo.

음식 맛+이 예전+보다 <u>못하+여요</u>.
못해요

음식 : ẩm thực, thực phẩm

맛 : vị

이 : Trợ từ (tiểu từ) thể hiện chủ thể của động tác hoặc đối tượng của trạng thái hay tình huống nào đó.

예전 : ngày xưa, ngày trước

보다 : Trợ từ thể hiện thứ trở thành đối tượng so sánh, khi so sánh những thứ có sự khác biệt nhau.

못하다 : kém, thua

-여요 : (cách nói kính trọng phổ biến) Vĩ tố kết thúc câu thể hiện sự tường thuật sự việc nào đó hay nghi vấn, mệnh lệnh, đề nghị. <sự tường thuật>

(53) 쉽다 [swipda]

dễ

Không vất vả hay khó làm.

시험 문제가 <u>쉬웠어요</u>.

siheom munjega swiwosseoyo.

시험 문제+가 <u>쉽(쉬우)+었+어요</u>.
쉬웠어요

시험 : sự thi cử, sự kiểm tra, sự sát hạch

문제 : đề (bài thi)

가 : Trợ từ (tiểu từ) thể hiện chủ thể của động tác hoặc đối tượng được đặt trong trạng thái hay tình huống nào đó.

쉽다 : dễ

-었- : Vĩ tố thể hiện tình huống mà sự kiện nào đó đã hoàn thành trong quá khứ hoặc kết quả của sự kiện đó được tiếp tục đến hiện tại.

-어요 : (cách nói kính trọng phổ biến) Vĩ tố kết thúc câu thể hiện sự tường thuật sự việc nào đó hay nghi vấn, mệnh lệnh, đề nghị. <sự tường thuật>

(54) 어렵다 [eoryeopda]
khó, khó khăn

Làm phức tạp hoặc vất vả.

수학 문제는 항상 <u>어려워요</u>.
suhak munjeneun hangsang eoryeowoyo.

수학 문제+는 항상 <u>어렵(어려우)</u>+어요.
어려워요

수학 : toán học
문제 : đề (bài thi)
는 : Trợ từ (tiểu từ) thể hiện việc đối tượng nào đó là chủ đề câu chuyện trong câu.
항상 : luôn luôn
어렵다 : khó, khó khăn
-어요 : (cách nói kính trọng phổ biến) Vĩ tố kết thúc câu thể hiện sự tường thuật sự việc nào đó hay nghi vấn, mệnh lệnh, đề nghị. <sự tường thuật>

(55) 훌륭하다 [hullyunghada]
xuất sắc

Rất tốt và ưu việt tới mức đáng khen ngợi.

이 차의 성능은 <u>훌륭해요</u>.
i chae seongneungeun hullyunghaeyo.

이 차+의 성능+은 <u>훌륭하</u>+여요.
훌륭해요

이 : này
차 : xe
의 : Trợ từ thể hiện từ ngữ phía trước hạn định thuộc tính hay số lượng hoặc cùng tư cách đối với từ ngữ phía sau.
성능 : tính năng

은 : Trợ từ (tiểu từ) thể hiện việc đối tượng nào đó là chủ đề câu chuyện trong câu.

훌륭하다 : xuất sắc

-여요 : (cách nói kính trọng phổ biến) Vĩ tố kết thúc câu thể hiện sự tường thuật sự việc nào đó hay nghi vấn, mệnh lệnh, đề nghị. <sự tường thuật>

(56) 힘들다 [himdeulda]

mất sức, mệt mỏi

Có phần sức lực bị dùng nhiều.

이 동작은 너무 <u>힘들어요</u>.

i dongjageun neomu himdeureoyo.

이 동작+은 너무 힘들+어요.

이 : này

동작 : động tác

은 : Trợ từ (tiểu từ) thể hiện việc đối tượng nào đó là chủ đề câu chuyện trong câu.

너무 : quá

힘들다 : mất sức, mệt mỏi

-어요 : (cách nói kính trọng phổ biến) Vĩ tố kết thúc câu thể hiện sự tường thuật sự việc nào đó hay nghi vấn, mệnh lệnh, đề nghị. <sự tường thuật>

(57) 궁금하다 [gunggeumhada]

tò mò

Rất muốn biết điều gì đó.

무슨 화장품을 쓰는지 <u>궁금해요</u>?

museun hwajangpumeul sseuneunji gunggeumhaeyo?

무슨 화장품+을 쓰+는지 <u>궁금하</u>+여요?
궁금해요

무슨 : gì

화장품 : mỹ phẩm

을 : Trợ từ (tiểu từ) thể hiện đối tượng mà động tác trực tiếp ảnh hưởng đến.

쓰다 : dùng, sử dụng

-는지 : Vĩ tố liên kết thể hiện lí do hay phán đoán mặc nhiên về nội dung của lời nói ở sau.

궁금하다 : tò mò

-여요 : (cách nói kính trọng phổ biến) Vĩ tố kết thúc câu thể hiện sự tường thuật sự việc nào đó hay nghi vấn, mệnh lệnh, đề nghị. <việc hỏi>

(58) 옳다 [olta]

đúng đắn, đúng mực

Hợp và đúng với quy phạm.

그는 평생 옳은 삶을 살아 왔어요.

geuneun pyeongsaeng oreun salmeul sara wasseoyo.

그+는 평생 옳+은 삶+을 살+[아 오]+았+어요.
살아 왔어요

그 : người đó, anh (chị, ông, bà ...) ấy

는 : Trợ từ (tiểu từ) thể hiện việc đối tượng nào đó là chủ đề câu chuyện trong câu.

평생 : cuộc đời

옳다 : đúng đắn, đúng mực

-은 : Vĩ tố làm cho từ ngữ phía trước có chức năng định ngữ và thể hiện trạng thái hiện tại.

삶 : cuộc sống, đời sống

을 : Trợ từ (tiểu từ) thể hiện tân ngữ dạng danh từ của vị ngữ.

살다 : sống, sinh hoạt

-아 오다 : Cấu trúc thể hiện hành động hay trạng thái mà từ ngữ phía trước thể hiện trở nên gần điểm chuẩn nào đó đồng thời tiếp tục được tiến hành.

-았- : Vĩ tố thể hiện tình huống mà sự kiện nào đó đã hoàn thành trong quá khứ hoặc kết quả của sự kiện đó được tiếp tục đến hiện tại.

-어요 : (cách nói kính trọng phổ biến) Vĩ tố kết thúc câu thể hiện sự tường thuật sự việc nào đó hay nghi vấn, mệnh lệnh, đề nghị. <sự tường thuật>

(59) 바쁘다 [bappeuda]

bận

Có nhiều việc phải làm hoặc không có thời gian nên không rảnh để làm cái khác.

식사를 못 할 정도로 바빠요.

siksareul mot hal jeongdoro bappayo.

식사+를 못 <u>하</u>+ㄹ 정도+로 <u>바쁘(바빠)</u>+아요.
　　　　할　　　　　　　　　바빠요

식사 : việc ăn uống, thức ăn
를 : Trợ từ (tiểu từ) thể hiện đối tượng mà động tác gây ảnh hưởng trực tiếp.
못 : Không thể thực hiện được động tác mà động từ thể hiện.
하다 : Ăn hay uống đồ ăn thức uống hoặc hút thuốc.
-ㄹ : Vĩ tố làm cho từ ngữ phía trước có chức năng định ngữ.
정도 : mức độ, độ, mức
로 : Trợ từ thể hiện phương pháp hay phương thức của việc nào đó.
바쁘다 : bận
-아요 : (cách nói kính trọng phổ biến) Vĩ tố kết thúc câu thể hiện sự tường thuật sự việc nào đó hoặc nghi vấn, mệnh lệnh, khuyến nghị. <sự tường thuật>

(60) 한가하다 [hangahada]

nhàn rỗi, nhàn nhã

Không bận rộn mà thư thả.

<u>학교</u>가 방학이어서 <u>한가해요</u>.

hakgyoga banghagieoseo hangahaeyo.

학교+가 방학+이+어서 <u>한가하</u>+여요.
　　　　　　　　　　　　한가해요

학교 : trường học
가 : Trợ từ (tiểu từ) thể hiện chủ thể của động tác hoặc đối tượng được đặt trong trạng thái hay tình huống nào đó.
방학 : sự nghỉ hè, kỳ nghỉ
이다 : Trợ từ vị cách thể hiện sự liệt kê các sự vật đồng thời liên kết theo quan hệ đẳng lập.
-어서 : Vĩ tố liên kết thể hiện lý do hay căn cứ.
한가하다 : nhàn rỗi, nhàn nhã
-여요 : (cách nói kính trọng phổ biến) Vĩ tố kết thúc câu thể hiện sự tường thuật sự việc nào đó hay nghi vấn, mệnh lệnh, đề nghị. <sự tường thuật>

(61) 달다 [dalda]

ngọt

Giống như vị của mật ong hay đường.

초콜릿이 너무 <u>달아요</u>.

chokollisi neomu darayo.

초콜릿+이 너무 달+아요.

초콜릿 : sô-cô-la
이 : Trợ từ (tiểu từ) thể hiện chủ thể của động tác hoặc đối tượng của trạng thái hay tình huống nào đó.
너무 : quá
달다 : ngọt
-아요 : (cách nói kính trọng phổ biến) Vĩ tố kết thúc câu thể hiện sự tường thuật sự việc nào đó hoặc nghi vấn, mệnh lệnh, khuyến nghị. <sự tường thuật>

(62) 맛없다 [madeopda]
không ngon

Vị của thức ăn không ngon.

배가 불러서 다 <u>맛없어요</u>.

baega bulleoseo da maseopseoyo.

배+가 <u>부르(불르)+어서</u> 다 맛없+어요.
　　　　　불러서

배 : bụng, ổ bụng
가 : Trợ từ (tiểu từ) thể hiện chủ thể của động tác hoặc đối tượng được đặt trong trạng thái hay tình huống nào đó.
부르다 : no bụng
-어서 : Vĩ tố liên kết thể hiện lý do hay căn cứ.
다 : hết, tất cả
맛없다 : không ngon
-어요 : (cách nói kính trọng phổ biến) Vĩ tố kết thúc câu thể hiện sự tường thuật sự việc nào đó hay nghi vấn, mệnh lệnh, đề nghị. <sự tường thuật>

(63) 맛있다 [maditda]
ngon, có vị

Vị ngon.

어머니가 해 주신 음식이 제일 <u>맛있어요</u>.

eomeoniga hae jusin eumsigi jeil masisseoyo.

어머니+가 <u>하+[여 주]</u>+시+ㄴ 음식+이 제일 맛있+어요.
　　　　　해 주신

어머니 : người mẹ, mẹ
가 : Trợ từ (tiểu từ) thể hiện chủ thể của động tác hoặc đối tượng được đặt trong trạng thái hay tình huống nào đó.
하다 : làm
-여 주다 : Cấu trúc thể hiện việc thực hiện hành động mà từ ngữ phía trước thể hiện vì người khác.
-시- : Vĩ tố thể hiện nghĩa kính trọng chủ thể của động tác hay trạng thái nào đó.
-ㄴ : Vĩ tố làm cho từ ngữ phía trước có chức năng định ngữ và thể hiện sự kiện hay động tác đã hoàn thành và trạng thái đó đang được duy trì.
음식 : ẩm thực, thực phẩm
이 : Trợ từ (tiểu từ) thể hiện chủ thể của động tác hoặc đối tượng của trạng thái hay tình huống nào đó.
제일 : thứ nhất, số một, đầu tiên
맛있다 : ngon, có vị
-어요 : (cách nói kính trọng phổ biến) Vĩ tố kết thúc câu thể hiện sự tường thuật sự việc nào đó hay nghi vấn, mệnh lệnh, đề nghị. <sự tường thuật>

(64) 맵다 [maepda]

cay

Cảm thấy vị nóng bỏng và nhói ở đầu lưỡi như ớt hay mù tạt.

김치가 너무 <u>매워요</u>.

gimchiga neomu maewoyo.

김치+가 너무 <u>맵(매우)</u>+어요.
　　　　　　　매워요

김치 : Món ăn được làm bằng cách muối rau như cải thảo hay củ cải rồi sau đó cho gia vị vào và để cho lên men.
가 : Trợ từ (tiểu từ) thể hiện chủ thể của động tác hoặc đối tượng được đặt trong trạng thái hay tình huống nào đó.
너무 : quá
맵다 : cay

-어요 : (cách nói kính trọng phổ biến) Vĩ tố kết thúc câu thể hiện sự tường thuật sự việc nào đó hay nghi vấn, mệnh lệnh, đề nghị. <sự tường thuật>

(65) 시다 [sida]

chua

Vị giống như giấm.

과일이 모두 셔요.

gwairi modu syeoyo.

과일+이 모두 시+어요.

　　　　　　셔요

과일 : trái cây, hoa quả
이 : Trợ từ (tiểu từ) thể hiện chủ thể của động tác hoặc đối tượng của trạng thái hay tình huống nào đó.
모두 : mọi
시다 : chua
-어요 : (cách nói kính trọng phổ biến) Vĩ tố kết thúc câu thể hiện sự tường thuật sự việc nào đó hay nghi vấn, mệnh lệnh, đề nghị. <sự tường thuật>

(66) 시원하다 [siwonhada]

mát ruột, sảng khoái

Thức ăn lạnh và tươi mát đến độ thích ăn hoặc ấm nóng đến mức trong bụng dễ chịu.

국물이 시원해요.

gungmuri siwonhaeyo.

국물+이 시원하+여요.

　　　　　시원해요

국물 : nước canh
이 : Trợ từ (tiểu từ) thể hiện chủ thể của động tác hoặc đối tượng của trạng thái hay tình huống nào đó.
시원하다 : mát ruột, sảng khoái
-여요 : (cách nói kính trọng phổ biến) Vĩ tố kết thúc câu thể hiện sự tường thuật sự việc nào đó hay nghi vấn, mệnh lệnh, đề nghị. <sự tường thuật>

(67) 싱겁다 [singgeopda]

nhạt

Thức ăn ít vị mặn.

찌개에 물을 넣어서 싱거워요.

jjigaee mureul neoeoseo singgeowoyo.

찌개+에 물+을 넣+어서 싱겁(싱거우)+어요.
                          싱거워요

찌개 : Loại canh được nấu bằng cách bỏ thịt, đậu phụ, rau củ, tương ớt, hương liệu... vào trong nồi cùng với một ít nước rồi đun lên.

에 : Trợ từ (tiểu từ) thể hiện từ ngữ phía trước là đối tượng mà hành vi hay tác động nào đó đạt đến.

물 : nước

을 : Trợ từ (tiểu từ) thể hiện đối tượng mà động tác trực tiếp ảnh hưởng đến.

넣다 : cho vào, bỏ vào

-어서 : Vĩ tố liên kết thể hiện lý do hay căn cứ.

싱겁다 : nhạt

-어요 : (cách nói kính trọng phổ biến) Vĩ tố kết thúc câu thể hiện sự tường thuật sự việc nào đó hay nghi vấn, mệnh lệnh, đề nghị. <sự tường thuật>

(68) 쓰다 [sseuda]

đắng

Giống như vị thuốc.

아이가 먹기에 약이 너무 써요.

aiga meokgie yagi neomu sseoyo.

아이+가 먹+기+에 약+이 너무 쓰(쓰)+어요.
                          써요

아이 : trẻ em, trẻ nhỏ, đứa trẻ, đứa bé, em bé

가 : Trợ từ (tiểu từ) thể hiện chủ thể của động tác hoặc đối tượng được đặt trong trạng thái hay tình huống nào đó.

먹다 : uống (thuốc)

-기 : Vĩ tố làm cho từ ngữ ở trước có chức năng của danh từ.

에 : Trợ từ (tiểu từ) thể hiện từ ngữ phía trước là điều kiện, môi trường, trạng thái... của cái gì đó.

약 : thuốc

이 : Trợ từ (tiểu từ) thể hiện chủ thể của động tác hoặc đối tượng của trạng thái hay tình huống nào đó.

너무 : quá

쓰다 : đắng

-어요 : (cách nói kính trọng phổ biến) Vĩ tố kết thúc câu thể hiện sự tường thuật sự việc nào đó hay nghi vấn, mệnh lệnh, đề nghị. <sự tường thuật>

(69) 짜다 [jjada]

mặn

Vị giống như muối.

소금을 많이 넣어서 국물이 <u>짜요</u>.

sogeumeul mani neoeoseo gungmuri jjayo.

소금+을 많이 넣+어서 국물+이 <u>짜+아요</u>.

짜요

소금 : muối

을 : Trợ từ (tiểu từ) thể hiện đối tượng mà động tác trực tiếp ảnh hưởng đến.

많이 : nhiều

넣다 : cho vào, bỏ vào

-어서 : Vĩ tố liên kết thể hiện lý do hay căn cứ.

국물 : nước canh

이 : Trợ từ (tiểu từ) thể hiện chủ thể của động tác hoặc đối tượng của trạng thái hay tình huống nào đó.

짜다 : mặn

-아요 : (cách nói kính trọng phổ biến) Vĩ tố kết thúc câu thể hiện sự tường thuật sự việc nào đó hoặc nghi vấn, mệnh lệnh, khuyến nghị. <sự tường thuật>

(70) 깨끗하다 [kkaekkeutada]

sạch sẽ

Sự vật không dơ bẩn.

화장실이 정말 깨끗해요.

hwajangsiri jeongmal kkaekkeutaeyo.

화장실＋이 정말 깨끗하＋여요.

깨끗해요

화장실 : toilet, nhà vệ sinh

이 : Trợ từ (tiểu từ) thể hiện chủ thể của động tác hoặc đối tượng của trạng thái hay tình huống nào đó.

정말 : thật sự, thực sự

깨끗하다 : sạch sẽ

-여요 : (cách nói kính trọng phổ biến) Vĩ tố kết thúc câu thể hiện sự tường thuật sự việc nào đó hay nghi vấn, mệnh lệnh, đề nghị. <sự tường thuật>

(71) 더럽다 [deoreopda]

bẩn, dơ

Không được sạch sẽ hay dơ dáy do bụi bẩn hay vết bám.

차가 더러워서 세차를 했어요.

chaga deoreowoseo sechareul haesseoyo.

차＋가 더럽(더러우)＋어서 세차＋를 하＋였＋어요.

더러워서   했어요

차 : xe

가 : Trợ từ (tiểu từ) thể hiện chủ thể của động tác hoặc đối tượng được đặt trong trạng thái hay tình huống nào đó.

더럽다 : bẩn, dơ

-어서 : Vĩ tố liên kết thể hiện lý do hay căn cứ.

세차 : sự rửa xe, sự cọ xe

를 : Trợ từ (tiểu từ) thể hiện đối tượng mà động tác gây ảnh hưởng trực tiếp.

하다 : làm, tiến hành

-였- : Vĩ tố thể hiện tình huống mà sự kiện nào đó đã hoàn thành trong quá khứ hoặc kết quả của sự kiện đó được tiếp tục đến hiện tại.

-어요 : (cách nói kính trọng phổ biến) Vĩ tố kết thúc câu thể hiện sự tường thuật sự việc nào đó hay nghi vấn, mệnh lệnh, đề nghị. <sự tường thuật>

(72) 불편하다 [bulpyeonhada]

bất tiện

Không tiện lợi cho việc sử dụng.

이곳은 교통이 불편해요.

igoseun gyotongi bulpyeonhaeyo.

이곳+은 교통+이 불편하+여요.
불편해요

이곳 : nơi này
은 : Trợ từ (tiểu từ) thể hiện việc đối tượng nào đó là chủ đề câu chuyện trong câu.
교통 : giao thông
이 : Trợ từ (tiểu từ) thể hiện chủ thể của động tác hoặc đối tượng của trạng thái hay tình huống nào đó.
불편하다 : bất tiện
-여요 : (cách nói kính trọng phổ biến) Vĩ tố kết thúc câu thể hiện sự tường thuật sự việc nào đó hay nghi vấn, mệnh lệnh, đề nghị. <sự tường thuật>

(73) 시끄럽다 [sikkeureopda]

ồn

Âm thanh lớn và ầm ĩ đến mức không thích nghe.

시끄러운 소리가 들려요.

sikkeureoun soriga deullyeoyo.

시끄럽(시끄러우)+ㄴ 소리+가 들리+어요.
시끄러운 들려요

시끄럽다 : ồn
-ㄴ : Vĩ tố khiến cho từ ngữ phía trước có chức năng định ngữ và thể hiện sự kiện hay động tác được hoàn thành thì trạng thái đó vẫn đang được duy trì.
소리 : tiếng, âm thanh
가 : Trợ từ (tiểu từ) thể hiện chủ thể của động tác hoặc đối tượng được đặt trong trạng thái hay tình huống nào đó.
들리다 : được nghe, bị nghe

-어요 : (cách nói kính trọng phổ biến) Vĩ tố kết thúc câu thể hiện sự tường thuật sự việc nào đó hay nghi vấn, mệnh lệnh, đề nghị. <sự tường thuật>

(74) 조용하다 [joyonghada]
yên tĩnh, tĩnh mịch, im ắng
Không nghe thấy âm thanh nào cả.

거리가 조용해요.

georiga joyonghaeyo.

거리+가 조용하+여요.
　　　　　　조용해요

거리 : con phố

가 : Trợ từ (tiểu từ) thể hiện chủ thể của động tác hoặc đối tượng được đặt trong trạng thái hay tình huống nào đó.

조용하다 : yên tĩnh, tĩnh mịch, im ắng

-여요 : (cách nói kính trọng phổ biến) Vĩ tố kết thúc câu thể hiện sự tường thuật sự việc nào đó hay nghi vấn, mệnh lệnh, đề nghị. <sự tường thuật>

(75) 지저분하다 [jijeobunhada]
bừa bộn, lộn xộn
Một nơi nào đó không được dọn dẹp ngăn nắp nên lộn xộn.

길이 너무 지저분해요.

giri neomu jijeobunhaeyo.

길+이 너무 지저분하+여요.
　　　　　　지저분해요

길 : đường, con đường

이 : Trợ từ (tiểu từ) thể hiện chủ thể của động tác hoặc đối tượng của trạng thái hay tình huống nào đó.

너무 : quá

지저분하다 : bừa bộn, lộn xộn

-여요 : (cách nói kính trọng phổ biến) Vĩ tố kết thúc câu thể hiện sự tường thuật sự việc nào đó hay nghi vấn, mệnh lệnh, đề nghị. <sự tường thuật>

(76) 비싸다 [bissada]
đắt, đắt tiền
Giá của đồ vật hay chi phí dùng cho việc nào đó cao hơn thông thường.

백화점은 시장보다 가격이 비싸요.

baekwajeomeun sijangboda gagyeogi bissayo.

백화점+은 시장+보다 가격+이 비싸+아요.
비싸요

백화점 : cửa hàng bách hóa tổng hợp
은 : Trợ từ (tiểu từ) thể hiện việc đối tượng nào đó là chủ đề câu chuyện trong câu.
시장 : chợ
보다 : Trợ từ thể hiện thứ trở thành đối tượng so sánh, khi so sánh những thứ có sự khác biệt nhau.
가격 : giá cả, giá
이 : Trợ từ (tiểu từ) thể hiện chủ thể của động tác hoặc đối tượng của trạng thái hay tình huống nào đó.
비싸다 : đắt, đắt tiền
-아요 : (cách nói kính trọng phổ biến) Vĩ tố kết thúc câu thể hiện sự tường thuật sự việc nào đó hoặc nghi vấn, mệnh lệnh, khuyến nghị. <sự tường thuật>

(77) 싸다 [ssada]
rẻ
Giá thấp hơn bình thường.

이 동네는 집값이 싸요.

i dongneneun jipgapsi ssayo.

이 동네+는 집값+이 싸+아요.
싸요

이 : này
동네 : làng xóm, thôn xóm, khu phố
는 : Trợ từ (tiểu từ) thể hiện việc đối tượng nào đó là chủ đề câu chuyện trong câu.
집값 : giá nhà

이 : Trợ từ (tiểu từ) thể hiện chủ thể của động tác hoặc đối tượng của trạng thái hay tình huống nào đó.

싸다 : rẻ

-아요 : (cách nói kính trọng phổ biến) Vĩ tố kết thúc câu thể hiện sự tường thuật sự việc nào đó hoặc nghi vấn, mệnh lệnh, khuyến nghị. <sự tường thuật>

(78) 덥다 [deopda]

nóng

Nhiệt độ cao đối với sự cảm nhận bằng cơ thể.

여름이 지났는데도 <u>더워요</u>.

yeoreumi jinanneundedo deowoyo.

여름+이 지나+았+는데도 <u>덥(더우)+어요</u>.
　　　　　지났는데도　　　　더워요

여름 : mùa hè

이 : Trợ từ (tiểu từ) thể hiện chủ thể của động tác hoặc đối tượng của trạng thái hay tình huống nào đó.

지나다 : qua, trôi qua

-았- : Vĩ tố thể hiện tình huống mà sự kiện nào đó đã hoàn thành trong quá khứ hoặc kết quả của sự kiện đó được tiếp tục đến hiện tại.

-는데도 : Cấu trúc thể hiện tình huống mà vế sau diễn đạt xảy ra không liên quan tới tình huống mà vế trước diễn đạt.

덥다 : nóng

-어요 : (cách nói kính trọng phổ biến) Vĩ tố kết thúc câu thể hiện sự tường thuật sự việc nào đó hay nghi vấn, mệnh lệnh, đề nghị. <sự tường thuật>

(79) 따뜻하다 [ttatteutada]

ấm áp, ấm

Nhiệt độ cao vừa phải ở mức không quá nóng và tâm trạng thoải mái.

날씨가 <u>따뜻해요</u>.

nalssiga ttatteutaeyo.

날씨+가 <u>따뜻하+여요</u>.
　　　　따뜻해요

날씨 : thời tiết

가 : Trợ từ (tiểu từ) thể hiện chủ thể của động tác hoặc đối tượng được đặt trong trạng thái hay tình huống nào đó.

따뜻하다 : ấm áp, ấm

-여요 : (cách nói kính trọng phổ biến) Vĩ tố kết thúc câu thể hiện sự tường thuật sự việc nào đó hay nghi vấn, mệnh lệnh, đề nghị. <sự tường thuật>

(80) 맑다 [makda]

trong xanh, quang đãng

Thời tiết tốt không có mây hay sương mù che phủ.

가을 하늘은 푸르고 <u>맑아요</u>.

gaeul haneureun pureugo malgayo.

가을 하늘+은 푸르+고 맑+아요.

가을 : mùa thu

하늘 : trời, bầu trời

은 : Trợ từ (tiểu từ) thể hiện việc đối tượng nào đó là chủ đề câu chuyện trong câu.

푸르다 : xanh ngát, xanh thẫm, xanh tươi

-고 : Vĩ tố liên kết dùng khi liệt kê hai sự việc đồng đẳng trở lên.

맑다 : trong xanh, quang đãng

-아요 : (cách nói kính trọng phổ biến) Vĩ tố kết thúc câu thể hiện sự tường thuật sự việc nào đó hoặc nghi vấn, mệnh lệnh, khuyến nghị. <sự tường thuật>

(81) 선선하다 [seonseonhada]

rười rượi, lành lạnh

Mềm mại và mát mẻ để ta cảm thấy hơi lạnh một chút.

이제 아침저녁으로 <u>선선해요</u>.

ije achimjeonyeogeuro seonseonhaeyo.

이제 아침저녁+으로 <u>선선하+여요</u>.
선선해요

이제 : bây giờ

아침저녁 : sớm tối, từ sáng sớm đến tối, cả ngày

으로 : Trợ từ thể hiện thời gian.

선선하다 : rười rượi, lành lạnh

-여요 : (cách nói kính trọng phổ biến) Vĩ tố kết thúc câu thể hiện sự tường thuật sự việc nào đó hay nghi vấn, mệnh lệnh, đề nghị. <sự tường thuật>

(82) 쌀쌀하다 [ssalssalhada]

se lạnh, lành lạnh

Thời tiết lạnh đến mức cảm thấy hơi lạnh.

바람이 꽤 쌀쌀해요.

barami kkwae ssalssalhaeyo.

바람+이 꽤 쌀쌀하+여요.
　　　　　　쌀쌀해요

바람 : gió

이 : Trợ từ (tiểu từ) thể hiện chủ thể của động tác hoặc đối tượng của trạng thái hay tình huống nào đó.

꽤 : khá, tương đối, đáng kể

쌀쌀하다 : se lạnh, lành lạnh

-여요 : (cách nói kính trọng phổ biến) Vĩ tố kết thúc câu thể hiện sự tường thuật sự việc nào đó hay nghi vấn, mệnh lệnh, đề nghị. <sự tường thuật>

(83) 춥다 [chupda]

lạnh

Nhiệt độ khí quyển thấp.

날이 추우니 따뜻하게 입으세요.

nari chuuni ttatteutage ibeuseyo.

날+이 춥(추우)+니 따뜻하+게 입+으세요.
　　　　추우니

날 : thời tiết

이 : Trợ từ (tiểu từ) thể hiện chủ thể của động tác hoặc đối tượng của trạng thái hay tình huống nào đó.

춥다 : lạnh

-니 : Vĩ tố liên kết thể hiện vế trước trở thành nguyên nhân, căn cứ hay tiền đề đối với vế sau.

따뜻하다 : ấm áp, ấm

-게 : Vĩ tố liên kết thể hiện vế trước trở thành mục đích hay kết quả, phương thức, mức độ của sự việc chỉ ra ở sau.

입다 : mặc

-으세요 : (cách nói kính trọng phổ biến) Vĩ tố kết thúc câu thể hiện nghĩa giải thích, nghi vấn, mệnh lệnh, yêu cầu. <sự ra lệnh>

(84) 흐리다 [heurida]

âm u

Vì mây hay sương mù mà thời tiết không trong lành.

안개 때문에 <u>흐려서</u> 앞이 안 보여요.

angae ttaemune heuryeoseo api an boyeoyo.

안개 때문+에 <u>흐리+어서</u> 앞+이 안 <u>보이+어요</u>.
　　　　　　　흐려서　　　　　　　　　보여요

안개 : sương mù

때문 : tại vì, vì

에 : Trợ từ (tiểu từ) thể hiện từ ngữ phía trước là nguyên nhân của việc nào đó.

흐리다 : âm u

-어서 : Vĩ tố liên kết thể hiện lý do hay căn cứ.

앞 : trước, phía trước, đằng trước

이 : Trợ từ (tiểu từ) thể hiện chủ thể của động tác hoặc đối tượng của trạng thái hay tình huống nào đó.

안 : không

보이다 : được thấy, được trông thấy

-어요 : (cách nói kính trọng phổ biến) Vĩ tố kết thúc câu thể hiện sự tường thuật sự việc nào đó hay nghi vấn, mệnh lệnh, đề nghị. <sự tường thuật>

(85) 가늘다 [ganeulda]

mỏng manh, mảnh dẻ, thanh mảnh, thuôn dài

Bề ngang của vật thể hẹp hoặc bề dày vừa mỏng vừa dài.

저는 손가락이 <u>가늘어요</u>.

jeoneun songaragi ganeureoyo.

저+는 손가락+이 가늘+어요.

저 : em, con, cháu

는 : Trợ từ (tiểu từ) thể hiện việc đối tượng nào đó là chủ đề câu chuyện trong câu.

손가락 : ngón tay

이 : Trợ từ (tiểu từ) thể hiện chủ thể của động tác hoặc đối tượng của trạng thái hay tình huống nào đó.

가늘다 : mỏng manh, mảnh dẻ, thanh mảnh, thuôn dài

-어요 : (cách nói kính trọng phổ biến) Vĩ tố kết thúc câu thể hiện sự tường thuật sự việc nào đó hay nghi vấn, mệnh lệnh, đề nghị. <sự tường thuật>

(86) 같다 [gatda]

giống

Không khác nhau.

저는 여동생과 키가 <u>같아요</u>.

jeoneun yeodongsaenggwa kiga gatayo.

저+는 여동생+과 키+가 같+아요.

저 : em, con, cháu

는 : Trợ từ (tiểu từ) thể hiện việc đối tượng nào đó là chủ đề câu chuyện trong câu.

여동생 : em gái

과 : Trợ từ thể hiện đối tượng so sánh hoặc đối tượng lấy làm chuẩn.

키 : chiều cao

가 : Trợ từ (tiểu từ) thể hiện chủ thể của động tác hoặc đối tượng được đặt trong trạng thái hay tình huống nào đó.

같다 : giống

-아요 : (cách nói kính trọng phổ biến) Vĩ tố kết thúc câu thể hiện sự tường thuật sự việc nào đó hoặc nghi vấn, mệnh lệnh, khuyến nghị. <sự tường thuật>

(87) 굵다 [gukda]

to, lớn, thô

Vật thể dài có chu vi lớn hay chiều rộng lớn.

저는 허리가 <u>굵어요</u>.

jeoneun heoriga gulgeoyo.

저+는 허리+가 굵+어요.

저 : em, con, cháu
는 : Trợ từ (tiểu từ) thể hiện việc đối tượng nào đó là chủ đề câu chuyện trong câu.
허리 : eo, chỗ thắt lưng
가 : Trợ từ (tiểu từ) thể hiện chủ thể của động tác hoặc đối tượng được đặt trong trạng thái hay tình huống nào đó.
굵다 : to, lớn, thô
-어요 : (cách nói kính trọng phổ biến) Vĩ tố kết thúc câu thể hiện sự tường thuật sự việc nào đó hay nghi vấn, mệnh lệnh, đề nghị. <sự tường thuật>

(88) 길다 [gilda]

dài

Khoảng cách giữa hai đầu mút của một vật thể cách xa nhau.

치마 길이가 <u>길어요</u>.

chima giriga gireoyo.

치마 길이+가 길+어요.

치마 : váy
길이 : chiều dài
가 : Trợ từ (tiểu từ) thể hiện chủ thể của động tác hoặc đối tượng được đặt trong trạng thái hay tình huống nào đó.
길다 : dài
-어요 : (cách nói kính trọng phổ biến) Vĩ tố kết thúc câu thể hiện sự tường thuật sự việc nào đó hay nghi vấn, mệnh lệnh, đề nghị. <sự tường thuật>

(89) 깊다 [gipda]

sâu

Khoảng cách xa từ trên xuống dưới, từ bên ngoài vào bên trong.

물이 깊으니 들어가지 마세요.

muri gipeuni deureogaji maseyo.

물+이 깊+으니 들어가+[지 말(마)]+세요.

들어가지 마세요

물 : nước

이 : Trợ từ (tiểu từ) thể hiện chủ thể của động tác hoặc đối tượng của trạng thái hay tình huống nào đó.

깊다 : sâu

-으니 : Vĩ tố liên kết thể hiện vế trước trở thành nguyên nhân, căn cứ hay tiền đề đối với vế sau.

들어가다 : đi vào, bước vào

-지 말다 : Cấu trúc thể hiện việc không cho thực hiện hành động mà từ ngữ phía trước thể hiện.

-세요 : (cách nói kính trọng phổ biến) Vĩ tố kết thúc câu thể hiện nghĩa giải thích, nghi vấn, mệnh lệnh, yêu cầu. <sự ra lệnh>

(90) 낮다 [natda]

thấp

Chiều dài từ dưới lên trên là ngắn.

저는 굽이 낮은 구두를 즐겨 신어요.

jeoneun gubi najeun gudureul jeulgyeo sineoyo.

저+는 굽+이 낮+은 구두+를 즐기+어 신+어요.

즐겨

저 : em, con, cháu

는 : Trợ từ (tiểu từ) thể hiện việc đối tượng nào đó là chủ đề câu chuyện trong câu.

굽 : gót giày

이 : Trợ từ (tiểu từ) thể hiện chủ thể của động tác hoặc đối tượng của trạng thái hay tình huống nào đó.

낮다 : thấp

-은 : Vĩ tố làm cho từ ngữ phía trước có chức năng định ngữ và thể hiện trạng thái hiện tại.

구두 : giày

를 : Trợ từ (tiểu từ) thể hiện đối tượng mà động tác gây ảnh hưởng trực tiếp.

즐기다 : thích, thích thú

-어 : Vĩ tố liên kết thể hiện vế trước xảy ra trước vế sau hoặc trở thành phương pháp hay phương tiện đối với vế sau.

신다 : mang

-어요 : (cách nói kính trọng phổ biến) Vĩ tố kết thúc câu thể hiện sự tường thuật sự việc nào đó hay nghi vấn, mệnh lệnh, đề nghị. <sự tường thuật>

(91) 넓다 [neolda]

rộng

Bề mặt hay nền có diện tích lớn.

넓은 이마를 가리려고 앞머리를 내렸어요.

neolbeun imareul gariryeogo ammeorireul naeryeosseoyo.

넓+은 이마+를 가리+려고 앞머리+를 <u>내리+었+어요</u>.
내렸어요

넓다 : rộng

-은 : Vĩ tố làm cho từ ngữ phía trước có chức năng định ngữ và thể hiện trạng thái hiện tại.

이마 : trán

를 : Trợ từ (tiểu từ) thể hiện đối tượng mà động tác gây ảnh hưởng trực tiếp.

가리다 : che, chặn

-려고 : Vĩ tố liên kết thể hiện có ý đồ hay tham vọng sẽ thực hiện hành động nào đó.

앞머리 : tóc mái, mái

를 : Trợ từ (tiểu từ) thể hiện đối tượng mà động tác gây ảnh hưởng trực tiếp.

내리다 : thả xuống, rũ xuống

-었- : Vĩ tố thể hiện tình huống mà sự kiện nào đó đã hoàn thành trong quá khứ hoặc kết quả của sự kiện đó được tiếp tục đến hiện tại.

-어요 : (cách nói kính trọng phổ biến) Vĩ tố kết thúc câu thể hiện sự tường thuật sự việc nào đó hay nghi vấn, mệnh lệnh, đề nghị. <sự tường thuật>

(92) 높다 [nopda]

cao

Chiều dài từ dưới lên trên dài.

서울에는 높은 빌딩이 많아요.

seoureuneun nopeun bildingi manayo.

서울+에+는 높+은 빌딩+이 많+아요.

서울 : Seoul

에 : Trợ từ (tiểu từ) thể hiện từ ngữ phía trước là địa điểm hay chỗ nào đó.

는 : Trợ từ (tiểu từ) thể hiện việc đối tượng nào đó là chủ đề câu chuyện trong câu.

높다 : cao

-은 : Vĩ tố làm cho từ ngữ phía trước có chức năng định ngữ và thể hiện trạng thái hiện tại.

빌딩 : tòa nhà cao tầng, tòa nhà

이 : Trợ từ (tiểu từ) thể hiện chủ thể của động tác hoặc đối tượng của trạng thái hay tình huống nào đó.

많다 : nhiều

-아요 : (cách nói kính trọng phổ biến) Vĩ tố kết thúc câu thể hiện sự tường thuật sự việc nào đó hoặc nghi vấn, mệnh lệnh, khuyến nghị. <sự tường thuật>

(93) 다르다 [dareuda]

khác biệt

Hai đối tượng không giống nhau.

저는 언니와 성격이 많이 달라요.

jeoneun eonniwa seonggyeogi mani dallayo.

저+는 언니+와 성격+이 많이 다르(달ㄹ)+아요.
달라요

저 : em, con, cháu

는 : Trợ từ (tiểu từ) thể hiện việc đối tượng nào đó là chủ đề câu chuyện trong câu.

언니 : chị, chị gái

와 : Trợ từ thể hiện đối tượng so sánh hoặc đối tượng được lấy làm tiêu chuẩn.

성격 : tính cách, tính nết

이 : Trợ từ (tiểu từ) thể hiện chủ thể của động tác hoặc đối tượng của trạng thái hay tình huống nào đó.

많이 : nhiều

다르다 : khác biệt

-아요 : (cách nói kính trọng phổ biến) Vĩ tố kết thúc câu thể hiện sự tường thuật sự việc nào đó hoặc nghi vấn, mệnh lệnh, khuyến nghị. <sự tường thuật>

(94) 닮다 [damda]

giống

Hai người hoặc hai sự vật có hình dạng hay tính chất tương tự nhau.

저는 언니와 안 <u>닮았어요</u>.

jeoneun eonniwa an dalmasseoyo.

저+는 언니+와 안 닮+았+어요.

저 : em, con, cháu

는 : Trợ từ (tiểu từ) thể hiện việc đối tượng nào đó là chủ đề câu chuyện trong câu.

언니 : chị, chị gái

와 : Trợ từ thể hiện đối tượng so sánh hoặc đối tượng được lấy làm tiêu chuẩn.

안 : không

닮다 : giống

-았- : Vĩ tố thể hiện tình huống mà sự kiện nào đó đã hoàn thành trong quá khứ hoặc kết quả của sự kiện đó được tiếp tục đến hiện tại.

-어요 : (cách nói kính trọng phổ biến) Vĩ tố kết thúc câu thể hiện sự tường thuật sự việc nào đó hay nghi vấn, mệnh lệnh, đề nghị. <sự tường thuật>

(95) 두껍다 [dukkeopda]

dày

Chiều dài độ cao từ một mặt đến mặt còn lại của một vật có dạng rộng.

고기를 <u>두껍게</u> 썰어서 잘 안 익어요.

gogireul dukkeopge sseoreoseo jal an igeoyo.

고기+를 두껍+게 썰+어서 잘 안 익+어요.

고기 : thịt

를 : Trợ từ (tiểu từ) thể hiện đối tượng mà động tác gây ảnh hưởng trực tiếp.

두껍다 : dày

-게 : Vĩ tố liên kết thể hiện vế trước trở thành mục đích hay kết quả, phương thức, mức độ của sự việc chỉ ra ở sau.

썰다 : thái, cửa

-어서 : Vĩ tố liên kết thể hiện lý do hay căn cứ.

잘 : một cách vừa đúng, một cách vừa vặn

안 : không

익다 : chín

-어요 : (cách nói kính trọng phổ biến) Vĩ tố kết thúc câu thể hiện sự tường thuật sự việc nào đó hay nghi vấn, mệnh lệnh, đề nghị. <sự tường thuật>

(96) 똑같다 [ttokgatda]

giống hệt, y hệt, y chang

Hình dạng, phân lượng, tính chất··· của sự vật không có chỗ nào khác nhau dù chỉ một chút.

저와 똑같은 이름을 가진 사람들이 많아요.

jeowa ttokgateun ireumeul gajin saramdeuri manayo.

저+와 똑같+은 이름+을 <u>가지+ㄴ</u> 사람+들+이 많+아요.

　　　　　　　　　　가진

저 : em, con, cháu

와 : Trợ từ thể hiện đối tượng so sánh hoặc đối tượng được lấy làm tiêu chuẩn.

똑같다 : giống hệt, y hệt, y chang

-은 : Vĩ tố làm cho từ ngữ phía trước có chức năng định ngữ và thể hiện trạng thái hiện tại.

이름 : tên

을 : Trợ từ (tiểu từ) thể hiện đối tượng mà động tác trực tiếp ảnh hưởng đến.

가지다 : có

-ㄴ : Vĩ tố làm cho từ ngữ phía trước có chức năng định ngữ và thể hiện sự kiện hay động tác đã hoàn thành và trạng thái đó đang được duy trì.

사람 : con người

들 : Hậu tố thêm nghĩa ´số nhiều´.

이 : Trợ từ (tiểu từ) thể hiện chủ thể của động tác hoặc đối tượng của trạng thái hay tình huống nào đó.

많다 : nhiều

-아요 : (cách nói kính trọng phổ biến) Vĩ tố kết thúc câu thể hiện sự tường thuật sự việc nào đó hoặc nghi vấn, mệnh lệnh, khuyến nghị. <sự tường thuật>

(97) 멋있다 [meoditda]

tuyệt, đẹp đẽ

Rất đẹp hay tuyệt vời.

새로 산 옷인데 멋있어요?

saero san osinde meosisseoyo?

새로 <u>사+ㄴ</u> 옷+이+ㄴ데 멋있+어요?

　　　산　　　**옷인데**

새로 : mới, mới mẻ

사다 : mua

-ㄴ : Vĩ tố làm cho từ ngữ phía trước có chức năng định ngữ và thể hiện sự kiện hay động tác đã hoàn thành và trạng thái đó đang được duy trì.

옷 : quần áo

이다 : Trợ từ vị cách thể hiện sự liệt kê các sự vật đồng thời liên kết theo quan hệ đẳng lập.

-ㄴ데 : Vĩ tố liên kết thể hiện việc nói trước tình huống có liên quan đến đối tượng nhằm thực hiện điều phía sau

멋있다 : tuyệt, đẹp đẽ

-어요 : (cách nói kính trọng phổ biến) Vĩ tố kết thúc câu thể hiện sự tường thuật sự việc nào đó hay nghi vấn, mệnh lệnh, đề nghị. <việc hỏi>

(98) 비슷하다 [biseutada]
tương tự

Kích cỡ, hình dáng, trạng thái hay tính chất⋯ của hai thứ trở lên không giống hệt nhưng có nhiều phần giống nhau.

학교 건물이 모두 <u>비슷해요</u>.

hakgyo geonmuri modu biseutaeyo.

학교 건물+이 모두 <u>비슷하+여요</u>.
비슷해요

학교 : trường học

건물 : tòa nhà

이 : Trợ từ (tiểu từ) thể hiện chủ thể của động tác hoặc đối tượng của trạng thái hay tình huống nào đó.

모두 : mọi

비슷하다 : tương tự

-여요 : (cách nói kính trọng phổ biến) Vĩ tố kết thúc câu thể hiện sự tường thuật sự việc nào đó hay nghi vấn, mệnh lệnh, đề nghị. <sự tường thuật>

(99) 얇다 [yalda]
mỏng

Độ dày không dày.

얇은 옷을 입고 나와서 좀 추워요.

yalbeun oseul ipgo nawaseo jom chuwoyo.

얇+은 옷+을 입+고 <u>나오+아서</u> 좀 <u>춥(추우)+어요</u>.
　　　　　　　　　나와서　　　　　　추워요

얇다 : mỏng
-은 : Vĩ tố làm cho từ ngữ phía trước có chức năng định ngữ và thể hiện trạng thái hiện tại.
옷 : quần áo
을 : Trợ từ (tiểu từ) thể hiện đối tượng mà động tác trực tiếp ảnh hưởng đến.
입다 : mặc
-고 : Vĩ tố liên kết thể hiện hành động mà vế trước thể hiện hay kết quả đó được liên tục như thế trong suốt thời gian hành động ở sau xảy ra.
나오다 : ra
-아서 : Vĩ tố liên kết thể hiện lý do hay căn cứ.
좀 : một chút, một ít
춥다 : rét, lạnh
-어요 : (cách nói kính trọng phổ biến) Vĩ tố kết thúc câu thể hiện sự tường thuật sự việc nào đó hay nghi vấn, mệnh lệnh, đề nghị. <sự tường thuật>

(100) 작다 [jakda]

nhỏ, bé

Chiều dài, chiều rộng, thể tích... kém hơn so với cái khác hoặc thông thường.

언니는 키가 저보다 작아요.

eonnineun kiga jeoboda jagayo.

언니+는 키+가 저+보다 작+아요.

언니 : chị, chị gái
는 : Trợ từ (tiểu từ) thể hiện việc đối tượng nào đó là chủ đề câu chuyện trong câu.
키 : chiều cao
가 : Trợ từ (tiểu từ) thể hiện chủ thể của động tác hoặc đối tượng được đặt trong trạng thái hay tình huống nào đó.
저 : em, con, cháu
보다 : Trợ từ thể hiện thứ trở thành đối tượng so sánh, khi so sánh những thứ có sự khác biệt nhau.
작다 : nhỏ, bé
-아요 : (cách nói kính trọng phổ biến) Vĩ tố kết thúc câu thể hiện sự tường thuật sự việc nào đó hoặc nghi vấn, mệnh lệnh, khuyến nghị. <sự tường thuật>

(101) 좁다 [jopda]

hẹp

Diện tích của bề mặt hay nền... nhỏ.

여기는 주차장이 <u>좁아요</u>.

yeogineun juchajangi jobayo.

여기＋는 주차장＋이 좁＋아요.

여기 : nơi này, ở đây

는 : Trợ từ (tiểu từ) thể hiện việc đối tượng nào đó là chủ đề câu chuyện trong câu.

주차장 : bãi đỗ xe, bãi đậu xe

이 : Trợ từ (tiểu từ) thể hiện chủ thể của động tác hoặc đối tượng của trạng thái hay tình huống nào đó.

좁다 : hẹp

-아요 : (cách nói kính trọng phổ biến) Vĩ tố kết thúc câu thể hiện sự tường thuật sự việc nào đó hoặc nghi vấn, mệnh lệnh, khuyến nghị. <sự tường thuật>

(102) 짧다 [jjalda]

ngắn

Khoảng cách giữa hai đầu của không gian hay vật thể là gần nhau.

긴 머리를 <u>짧게</u> 잘랐어요.

gin meorireul jjalge jallasseoyo.

<u>길(기)＋ㄴ</u> 머리＋를 짧＋게 <u>자르(잘ㄹ)＋았＋어요</u>.
　　긴　　　　　　　　　 잘랐어요

길다 : dài

-ㄴ : Vĩ tố khiến cho từ ngữ phía trước có chức năng định ngữ và thể hiện sự kiện hay động tác được hoàn thành thì trạng thái đó vẫn đang được duy trì.

머리 : tóc, đầu tóc

를 : Trợ từ (tiểu từ) thể hiện đối tượng mà động tác gây ảnh hưởng trực tiếp.

짧다 : ngắn

-게 : Vĩ tố liên kết thể hiện vế trước trở thành mục đích hay kết quả, phương thức, mức độ của sự việc chỉ ra ở sau.

자르다 : cắt, chặt, thái, sắc, bổ, chẻ…

-았- : Vĩ tố thể hiện tình huống mà sự kiện nào đó đã hoàn thành trong quá khứ hoặc kết quả của sự kiện đó được tiếp tục đến hiện tại.

-어요 : (cách nói kính trọng phổ biến) Vĩ tố kết thúc câu thể hiện sự tường thuật sự việc nào đó hay nghi vấn, mệnh lệnh, đề nghị. <sự tường thuật>

(103) 크다 [keuda]

to, lớn

Chiều dài, chiều rộng, độ cao, thể tích... vượt quá mức độ bình thường.

피자가 생각보다 훨씬 커요.

pijaga saenggakboda hwolssin keoyo.

피자+가 생각+보다 훨씬 크(ㅋ)+어요.
                    커요

피자 : pizza

가 : Trợ từ (tiểu từ) thể hiện chủ thể của động tác hoặc đối tượng được đặt trong trạng thái hay tình huống nào đó.

생각 : ý tưởng

보다 : Trợ từ thể hiện thứ trở thành đối tượng so sánh, khi so sánh những thứ có sự khác biệt nhau.

훨씬 : hơn hẳn, rất

크다 : to, lớn

-어요 : (cách nói kính trọng phổ biến) Vĩ tố kết thúc câu thể hiện sự tường thuật sự việc nào đó hay nghi vấn, mệnh lệnh, đề nghị. <sự tường thuật>

(104) 화려하다 [hwaryeohada]

hoa lệ, tráng lệ, sặc sỡ

Đẹp và có ánh rực rỡ hoặc trông rất thích mắt.

방 안을 화려하게 꾸몄어요.

bang aneul hwaryeohage kkumyeosseoyo.

방 안+을 화려하+게 꾸미+었+어요.
                꾸몄어요

방 : phòng

안 : trong, phía trong

을 : Trợ từ (tiểu từ) thể hiện đối tượng mà động tác trực tiếp ảnh hưởng đến.

화려하다 : hoa lệ, tráng lệ, sặc sỡ

-게 : Vĩ tố liên kết thể hiện vế trước trở thành mục đích hay kết quả, phương thức, mức độ của sự việc chỉ ra ở sau.

꾸미다 : trang trí, trang hoàng

-었- : Vĩ tố thể hiện tình huống mà sự kiện nào đó đã hoàn thành trong quá khứ hoặc kết quả của sự kiện đó được tiếp tục đến hiện tại.

-어요 : (cách nói kính trọng phổ biến) Vĩ tố kết thúc câu thể hiện sự tường thuật sự việc nào đó hay nghi vấn, mệnh lệnh, đề nghị. <sự tường thuật>

(105) 가볍다 [gabyeopda]

nhẹ

Trọng lượng ít.

이 노트북은 아주 **가벼워요**.

i noteubugeun aju gabyeowoyo.

이 노트북+은 아주 **가볍(가벼우)+어요**.
         가벼워요

이 : này

노트북 : máy tính xách tay

은 : Trợ từ (tiểu từ) thể hiện việc đối tượng nào đó là chủ đề câu chuyện trong câu.

아주 : rất

가볍다 : nhẹ

-어요 : (cách nói kính trọng phổ biến) Vĩ tố kết thúc câu thể hiện sự tường thuật sự việc nào đó hay nghi vấn, mệnh lệnh, đề nghị. <sự tường thuật>

(106) 강하다 [ganghada]

mạnh

Sức lực khỏe mạnh.

오늘은 바람이 강하게 불고 있어요.

oneureun barami ganghage bulgo isseoyo.

오늘+은 바람+이 강하+게 불+[고 있]+어요.

오늘 : ngày hôm nay, hôm nay

은 : Trợ từ (tiểu từ) thể hiện việc đối tượng nào đó là chủ đề câu chuyện trong câu.

바람 : gió

이 : Trợ từ (tiểu từ) thể hiện chủ thể của động tác hoặc đối tượng của trạng thái hay tình huống nào đó.

강하다 : mạnh

-게 : Vĩ tố liên kết thể hiện vế trước trở thành mục đích hay kết quả, phương thức, mức độ của sự việc chỉ ra ở sau.

불다 : thổi

-고 있다 : Cấu trúc thể hiện hành động mà từ ngữ phía trước diễn đạt được tiếp tục tiến hành.

-어요 : (cách nói kính trọng phổ biến) Vĩ tố kết thúc câu thể hiện sự tường thuật sự việc nào đó hay nghi vấn, mệnh lệnh, đề nghị. <sự tường thuật>

(107) 무겁다 [mugeopda]

nặng

Có trọng lượng nhiều.

저는 보기보다 무거워요.

jeoneun bogiboda mugeowoyo.

저+는 보+기+보다 무겁(무거우)+어요.
무거워요

저 : em, con, cháu

는 : Trợ từ (tiểu từ) thể hiện việc đối tượng nào đó là chủ đề câu chuyện trong câu.

보다 : nhìn, ngắm, xem

-기 : Vĩ tố làm cho từ ngữ ở trước có chức năng của danh từ.

보다 : Trợ từ thể hiện thứ trở thành đối tượng so sánh, khi so sánh những thứ có sự khác biệt nhau.

무겁다 : nặng

-어요 : (cách nói kính trọng phổ biến) Vĩ tố kết thúc câu thể hiện sự tường thuật sự việc nào đó hay nghi vấn, mệnh lệnh, đề nghị. <sự tường thuật>

(108) 부드럽다 [budeureopda]

mềm, mềm mại

Cảm giác chạm vào da cảm thấy trơn mịn chứ không cứng hay thô ráp.

이 운동화는 가볍고 안쪽이 <u>부드러워요</u>.

i undonghwaneun gabyeopgo anjjogi budeureowoyo.

이 운동화+는 가볍+고 안쪽+이 <u>부드럽(부드러우)</u>+어요.

부드러워요

이 : này

운동화 : giày thể thao

는 : Trợ từ (tiểu từ) thể hiện việc đối tượng nào đó là chủ đề câu chuyện trong câu.

가볍다 : nhẹ

-고 : Vĩ tố liên kết dùng khi liệt kê hai sự việc đồng đẳng trở lên.

안쪽 : phía trong, bên trong

이 : Trợ từ (tiểu từ) thể hiện chủ thể của động tác hoặc đối tượng của trạng thái hay tình huống nào đó.

부드럽다 : mềm, mềm mại

-어요 : (cách nói kính trọng phổ biến) Vĩ tố kết thúc câu thể hiện sự tường thuật sự việc nào đó hay nghi vấn, mệnh lệnh, đề nghị. <sự tường thuật>

(109) 새롭다 [saeropda]

mới

Khác với cái trước giờ hoặc chưa từng có.

요즘 <u>새로운</u> 취미가 생겼어요?

yojeum saeroun chwimiga saenggyeosseoyo?

요즘 <u>새롭(새로우)</u>+ㄴ 취미+가 <u>생기</u>+었+어요?

새로운   생겼어요

요즘 : gần đây, dạo gần đây, dạo này

새롭다 : mới

-ㄴ : Vĩ tố khiến cho từ ngữ phía trước có chức năng định ngữ và thể hiện sự kiện hay động tác được hoàn thành thì trạng thái đó vẫn đang được duy trì.

취미 : sở thích

가 : Trợ từ (tiểu từ) thể hiện chủ thể của động tác hoặc đối tượng được đặt trong trạng thái hay tình huống nào đó.

생기다 : sinh ra, nảy sinh

-었- : Vĩ tố thể hiện tình huống mà sự kiện nào đó đã hoàn thành trong quá khứ hoặc kết quả của sự kiện đó được tiếp tục đến hiện tại.

-어요 : (cách nói kính trọng phổ biến) Vĩ tố kết thúc câu thể hiện sự tường thuật sự việc nào đó hay nghi vấn, mệnh lệnh, đề nghị. <việc hỏi>

(110) 느리다 [neurida]

chậm, chậm chạp

Mất nhiều thời gian để làm một việc gì đó.

저는 걸음이 느려요.

jeoneun georeumi neuryeoyo.

저+는 걸음+이 느리+어요.
              느려요

저 : em, con, cháu

는 : Trợ từ (tiểu từ) thể hiện việc đối tượng nào đó là chủ đề câu chuyện trong câu.

걸음 : bước chân

이 : Trợ từ (tiểu từ) thể hiện chủ thể của động tác hoặc đối tượng của trạng thái hay tình huống nào đó.

느리다 : chậm, chậm chạp

-어요 : (cách nói kính trọng phổ biến) Vĩ tố kết thúc câu thể hiện sự tường thuật sự việc nào đó hay nghi vấn, mệnh lệnh, đề nghị. <sự tường thuật>

(111) 빠르다 [ppareuda]

nhanh

Thời gian dùng vào việc thực hiện động tác nào đó ngắn.

제 친구는 말이 너무 빨라요.

je chinguneun mari neomu ppallayo.

저+의 친구+는 말+이 너무 빠르(빨ㄹ)+아요.
제   빨라요

저 : em, con, cháu

의 : Trợ từ thể hiện từ ngữ phía trước có quan hệ về sở hữu, nơi trực thuộc, chất liệu, quan hệ, nguồn gốc, chủ thể đối với từ ngữ phía sau.

친구 : bạn

는 : Trợ từ (tiểu từ) thể hiện việc đối tượng nào đó là chủ đề câu chuyện trong câu.

말 : tiếng nói, giọng nói, lời nói

이 : Trợ từ (tiểu từ) thể hiện chủ thể của động tác hoặc đối tượng của trạng thái hay tình huống nào đó.

너무 : quá

빠르다 : nhanh

-아요 : (cách nói kính trọng phổ biến) Vĩ tố kết thúc câu thể hiện sự tường thuật sự việc nào đó hoặc nghi vấn, mệnh lệnh, khuyến nghị. <sự tường thuật>

(112) 뜨겁다 [tteugeopda]

nóng

Nhiệt độ của cái gì đó cao.

국물이 뜨거우니 조심하세요.

gungmuri tteugeouni josimhaseyo.

국물+이 뜨겁(뜨거우)+니 조심하+세요.
        뜨거우니

국물 : nước canh

이 : Trợ từ (tiểu từ) thể hiện chủ thể của động tác hoặc đối tượng của trạng thái hay tình huống nào đó.

뜨겁다 : nóng

-니 : Vĩ tố liên kết thể hiện vế trước trở thành nguyên nhân, căn cứ hay tiền đề đối với vế sau.

조심하다 : thận trọng, cẩn thận

-세요 : (cách nói kính trọng phổ biến) Vĩ tố kết thúc câu thể hiện nghĩa giải thích, nghi vấn, mệnh lệnh, yêu cầu. <sự ra lệnh>

(113) 차갑다 [chagapda]

lạnh

Cảm giác lạnh chạm vào da.

이 물은 차갑지 않아요.

i mureun chagapji anayo.

이 물+은 차갑+[지 않]+아요.

이 : nầy

물 : nước

은 : Trợ từ (tiểu từ) thể hiện việc đối tượng nào đó là chủ đề câu chuyện trong câu.

차갑다 : lạnh

-지 않다 : Cấu trúc thể hiện nghĩa phủ định trạng thái hay hành vi mà từ ngữ phía trước diễn đạt.

-아요 : (cách nói kính trọng phổ biến) Vĩ tố kết thúc câu thể hiện sự tường thuật sự việc nào đó hoặc nghi vấn, mệnh lệnh, khuyến nghị. <sự tường thuật>

(114) 차다 [chada]

lạnh

Không có cảm giác ấm do nhiệt độ thấp.

저는 손이 찬 편이에요.

jeoneun soni chan pyeonieyo.

저+는 손+이 차+[ㄴ 편이]+에요.
찬 편이에요

저 : em, con, cháu

는 : Trợ từ (tiểu từ) thể hiện việc đối tượng nào đó là chủ đề câu chuyện trong câu.

손 : bàn tay

이 : Trợ từ (tiểu từ) thể hiện chủ thể của động tác hoặc đối tượng của trạng thái hay tình huống nào đó.

차다 : lạnh

-ㄴ 편이다 : Cấu trúc dùng khi nói về sự việc nào đó nhìn chung gần với hoặc thuộc về phía nào đó hơn là nói một cách quả quyết.

-에요 : (cách nói kính trọng phổ biến) Vĩ tố kết thúc câu diễn đạt sự nghi vấn hay trần thuật sự việc nào đó. <sự tường thuật>

(115) 밝다 [bakda]

sáng, tỏ

Ánh sáng mà vật thể nào đó phát ra sáng rõ.

조명이 너무 밝아서 눈이 부셔요.

jomyeongi neomu balgaseo nuni busyeoyo.

조명+이 너무 밝+아서 눈+이 부시+어요.
부셔요

조명 : sự chiếu sáng

이 : Trợ từ (tiểu từ) thể hiện chủ thể của động tác hoặc đối tượng của trạng thái hay tình huống nào đó.

너무 : quá

밝다 : sáng, tỏ

-아서 : Vĩ tố liên kết thể hiện lý do hay căn cứ.

눈 : mắt

이 : Trợ từ (tiểu từ) thể hiện chủ thể của động tác hoặc đối tượng của trạng thái hay tình huống nào đó.

부시다 : chói chang, chói lòa

-어요 : (cách nói kính trọng phổ biến) Vĩ tố kết thúc câu thể hiện sự tường thuật sự việc nào đó hay nghi vấn, mệnh lệnh, đề nghị. <sự tường thuật>

(116) 어둡다 [eodupda]

tối

Ánh sáng không có hoặc yếu nên không sáng.

해가 져서 밖이 <u>어두워요</u>.

haega jeoseo bakki eoduwoyo.

해+가 <u>지+어서</u> 밖+이 <u>어둡(어두우)+어요</u>.
　　　져서　　　　　　　어두워요

해 : mặt trời

가 : Trợ từ (tiểu từ) thể hiện chủ thể của động tác hoặc đối tượng được đặt trong trạng thái hay tình huống nào đó.

지다 : lặn

-어서 : Vĩ tố liên kết thể hiện lý do hay căn cứ.

밖 : bên ngoài

이 : Trợ từ (tiểu từ) thể hiện chủ thể của động tác hoặc đối tượng của trạng thái hay tình huống nào đó.

어둡다 : tối

-어요 : (cách nói kính trọng phổ biến) Vĩ tố kết thúc câu thể hiện sự tường thuật sự việc nào đó hay nghi vấn, mệnh lệnh, đề nghị. <sự tường thuật>

(117) 까맣다 [kkamata]

đen ngòm, đen sì sì

Đen sẫm như bầu trời đêm hoàn toàn không có ánh sáng.

머리를 <u>까맣게</u> 염색했어요.

meorireul kkamake yeomsaekaesseoyo.

머리+를 까맣+게 <u>염색하+였+어요</u>.
염색했어요

머리 : tóc, đầu tóc

를 : Trợ từ (tiểu từ) thể hiện đối tượng mà động tác gây ảnh hưởng trực tiếp.

까맣다 : đen ngòm, đen sì sì

-게 : Vĩ tố liên kết thể hiện vế trước trở thành mục đích hay kết quả, phương thức, mức độ của sự việc chỉ ra ở sau.

염색하다 : nhuộm

-였- : Vĩ tố thể hiện tình huống mà sự kiện nào đó đã hoàn thành trong quá khứ hoặc kết quả của sự kiện đó được tiếp tục đến hiện tại.

-어요 : (cách nói kính trọng phổ biến) Vĩ tố kết thúc câu thể hiện sự tường thuật sự việc nào đó hay nghi vấn, mệnh lệnh, đề nghị. <sự tường thuật>

(118) 검다 [geomda]

đen

Màu tối và sẫm như bầu trời đêm không có ánh đèn.

햇볕에 살이 <u>검게</u> 탔어요.

haetbyeote sari geomge tasseoyo.

햇볕+에 살+이 검+게 <u>타+았+어요</u>.
탔어요

햇볕 : tia nắng, tia mặt trời

에 : Trợ từ (tiểu từ) thể hiện từ ngữ phía trước là nguyên nhân của việc nào đó.

살 : da thịt

이 : Trợ từ (tiểu từ) thể hiện chủ thể của động tác hoặc đối tượng của trạng thái hay tình huống nào đó.

검다 : đen

-게 : Vĩ tố liên kết thể hiện vế trước trở thành mục đích hay kết quả, phương thức, mức độ của sự việc chỉ ra ở sau.

타다 : cháy nắng

-았- : Vĩ tố thể hiện tình huống mà sự kiện nào đó đã hoàn thành trong quá khứ hoặc kết quả của sự kiện đó được tiếp tục đến hiện tại.

-어요 : (cách nói kính trọng phổ biến) Vĩ tố kết thúc câu thể hiện sự tường thuật sự việc nào đó hay nghi vấn, mệnh lệnh, đề nghị. <sự tường thuật>

(119) 노랗다 [norata]

màu vàng

Màu giống như màu của chuối chín hay quả chanh.

저 사람은 머리 색깔이 <u>노래요</u>.

jeo sarameun meori saekkkari noraeyo.

저 사람+은 머리 색깔+이 <u>노랗+아요</u>.

노래요

저 : kia, nọ

사람 : con người

은 : Trợ từ (tiểu từ) thể hiện việc đối tượng nào đó là chủ đề câu chuyện trong câu.

머리 : tóc, đầu tóc

색깔 : màu sắc

이 : Trợ từ (tiểu từ) thể hiện chủ thể của động tác hoặc đối tượng của trạng thái hay tình huống nào đó.

노랗다 : màu vàng

-아요 : (cách nói kính trọng phổ biến) Vĩ tố kết thúc câu thể hiện sự tường thuật sự việc nào đó hoặc nghi vấn, mệnh lệnh, khuyến nghị. <sự tường thuật>

(120) 붉다 [bukda]

đỏ, đỏ tía, đỏ tươi

Màu sắc giống như màu máu hay màu ớt chín.

붉은 태양이 떠오르고 있어요.

bulgeun taeyangi tteooreugo isseoyo.

붉+은 태양+이 떠오르+[고 있]+어요.

붉다 : đỏ, đỏ tía, đỏ tươi

-은 : Vĩ tố làm cho từ ngữ phía trước có chức năng định ngữ và thể hiện trạng thái hiện tại.

태양 : thái dương, mặt trời

이 : Trợ từ (tiểu từ) thể hiện chủ thể của động tác hoặc đối tượng của trạng thái hay tình huống nào đó.

떠오르다 : mọc lên, nổi lên, nảy lên

-고 있다 : Cấu trúc thể hiện hành động mà từ ngữ phía trước diễn đạt được tiếp tục tiến hành.

-어요 : (cách nói kính trọng phổ biến) Vĩ tố kết thúc câu thể hiện sự tường thuật sự việc nào đó hay nghi vấn, mệnh lệnh, đề nghị. <sự tường thuật>

(121) 빨갛다 [ppalgata]
đỏ sẫm
Đỏ tươi và đậm như máu hay ớt chín mùi.

코가 왜 이렇게 <u>빨개요</u>?

koga wae ireoke ppalgaeyo?

코+가 왜 이렇+게 <u>빨갛+아요</u>?
                        빨개요

코 : mũi

가 : Trợ từ (tiểu từ) thể hiện chủ thể của động tác hoặc đối tượng được đặt trong trạng thái hay tình huống nào đó.

왜 : tại sao, vì sao

이렇다 : như thế này

-게 : Vĩ tố liên kết thể hiện vế trước trở thành mục đích hay kết quả, phương thức, mức độ của sự việc chỉ ra ở sau.

빨갛다 : đỏ sẫm

-아요 : (cách nói kính trọng phổ biến) Vĩ tố kết thúc câu thể hiện sự tường thuật sự việc nào đó hoặc nghi vấn, mệnh lệnh, khuyến nghị. <việc hỏi>

(122) 파랗다 [parata]
xanh dương
Xanh trong và rõ như biển sâu hoặc bầu trời mùa thu trong vắt.

왜 이마에 멍이 <u>파랗게</u> 들었어요?

wae imae meongi parake deureosseoyo?

왜 이마+에 멍+이 파랗+게 들+었+어요?

왜 : tại sao, vì sao

이마 : trán

에 : Trợ từ (tiểu từ) thể hiện từ ngữ phía trước là địa điểm hay chỗ nào đó.

멍 : vết bầm

이 : Trợ từ (tiểu từ) thể hiện chủ thể của động tác hoặc đối tượng của trạng thái hay tình huống nào đó.

파랗다 : xanh dương

-게 : Vĩ tố liên kết thể hiện vế trước trở thành mục đích hay kết quả, phương thức, mức độ của sự việc chỉ ra ở sau.

들다 : bị

-었- : Vĩ tố thể hiện tình huống mà sự kiện nào đó đã hoàn thành trong quá khứ hoặc kết quả của sự kiện đó được tiếp tục đến hiện tại.

-어요 : (cách nói kính trọng phổ biến) Vĩ tố kết thúc câu thể hiện sự tường thuật sự việc nào đó hay nghi vấn, mệnh lệnh, đề nghị. <việc hỏi>

(123) 푸르다 [pureuda]

xanh ngát, xanh thẫm, xanh tươi

Sáng và rõ như màu của cây cỏ tươi, biển sâu hay trời mùa thu trong xanh.

바다가 넓고 <u>푸르러요</u>.

badaga neolgo pureureoyo.

바다+가 넓+고 <u>푸르+어요(러요)</u>.
　　　　　　　　　푸르러요

바다 : biển

가 : Trợ từ (tiểu từ) thể hiện chủ thể của động tác hoặc đối tượng được đặt trong trạng thái hay tình huống nào đó.

넓다 : rộng

-고 : Vĩ tố liên kết dùng khi liệt kê hai sự việc đồng đẳng trở lên.

푸르다 : xanh ngát, xanh thẫm, xanh tươi

-어요 : (cách nói kính trọng phổ biến) Vĩ tố kết thúc câu thể hiện sự tường thuật sự việc nào đó hay nghi vấn, mệnh lệnh, đề nghị. <sự tường thuật>

(124) 하얗다 [hayata]

trắng tinh, trắng ngần

Trắng sáng rõ như màu của tuyết hay sữa.

눈이 내려서 세상이 <u>하얗게</u> 변했어요.

nuni naeryeoseo sesangi hayake byeonhaesseoyo.

눈+이 내리+어서 세상+이 하얗+게 변하+였+어요.
　　　 내려서　　　　　　　　　　 변했어요

눈 : tuyết

이 : Trợ từ (tiểu từ) thể hiện chủ thể của động tác hoặc đối tượng của trạng thái hay tình huống nào đó.

내리다 : rơi, rơi xuống

-어서 : Vĩ tố liên kết thể hiện lý do hay căn cứ.

세상 : thế gian

이 : Trợ từ (tiểu từ) thể hiện chủ thể của động tác hoặc đối tượng của trạng thái hay tình huống nào đó.

하얗다 : trắng tinh, trắng ngần

-게 : Vĩ tố liên kết thể hiện vế trước trở thành mục đích hay kết quả, phương thức, mức độ của sự việc chỉ ra ở sau.

변하다 : biến đổi, biến hóa

-였- : Vĩ tố thể hiện tình huống mà sự kiện nào đó đã hoàn thành trong quá khứ hoặc kết quả của sự kiện đó được tiếp tục đến hiện tại.

-어요 : (cách nói kính trọng phổ biến) Vĩ tố kết thúc câu thể hiện sự tường thuật sự việc nào đó hay nghi vấn, mệnh lệnh, đề nghị. <sự tường thuật>

(125) 희다 [hida]

Trắng

Sáng rõ như màu tuyết hay sữa.

동생은 얼굴이 희고 머리카락이 까매요.

dongsaengeun eolguri huigo meorikaragi kkamaeyo.

동생+은 얼굴+이 희+고 머리카락+이 까맣+아요.
　　　　　　　　　　　　　　　 까매요

동생 : em

은 : Trợ từ (tiểu từ) thể hiện việc đối tượng nào đó là chủ đề câu chuyện trong câu.

얼굴 : mặt

이 : Trợ từ (tiểu từ) thể hiện chủ thể của động tác hoặc đối tượng của trạng thái hay tình huống nào đó.

희다 : Trắng

-고 : Vĩ tố liên kết dùng khi liệt kê hai sự việc đồng đẳng trở lên.

머리카락 : sợi tóc

이 : Trợ từ (tiểu từ) thể hiện chủ thể của động tác hoặc đối tượng của trạng thái hay tình huống nào đó.

까맣다 : đen ngòm, đen sì sì

-아요 : (cách nói kính trọng phổ biến) Vĩ tố kết thúc câu thể hiện sự tường thuật sự việc nào đó hoặc nghi vấn, mệnh lệnh, khuyến nghị. <sự tường thuật>

(126) 많다 [manta]

nhiều

Số, lượng hay mức độ vượt quá tiêu chuẩn nhất định.

저는 호기심이 <u>많아요</u>.

jeoneun hogisimi manayo.

저+는 호기심+이 많+아요.

저 : em, con, cháu

는 : Trợ từ (tiểu từ) thể hiện việc đối tượng nào đó là chủ đề câu chuyện trong câu.

호기심 : tính tò mò, tính hiếu kỳ

이 : Trợ từ (tiểu từ) thể hiện chủ thể của động tác hoặc đối tượng của trạng thái hay tình huống nào đó.

많다 : nhiều

-아요 : (cách nói kính trọng phổ biến) Vĩ tố kết thúc câu thể hiện sự tường thuật sự việc nào đó hoặc nghi vấn, mệnh lệnh, khuyến nghị. <sự tường thuật>

(127) 부족하다 [bujokada]

thiếu, thiếu hụt, thiếu thốn

Thiếu hoặc không đủ số lượng hay tiêu chuẩn cần thiết.

사업을 하기에 돈이 많이 <u>부족해요</u>.

saeobeul hagie doni mani bujokaeyo.

사업+을 하+기+에 돈+이 많이 <u>부족하+여요</u>.
부족해요

사업 : việc làm ăn kinh doanh

을 : Trợ từ (tiểu từ) thể hiện đối tượng mà động tác trực tiếp ảnh hưởng đến.

하다 : làm, tiến hành

-기 : Vĩ tố làm cho từ ngữ ở trước có chức năng của danh từ.

에 : Trợ từ (tiểu từ) thể hiện từ ngữ phía trước là đơn vị hoặc đối tượng được lấy làm tiêu chuẩn.

돈 : Don; tiền

이 : Trợ từ (tiểu từ) thể hiện chủ thể của động tác hoặc đối tượng của trạng thái hay tình huống nào đó.

많이 : nhiều

부족하다 : thiếu, thiếu hụt, thiếu thốn

-여요 : (cách nói kính trọng phổ biến) Vĩ tố kết thúc câu thể hiện sự tường thuật sự việc nào đó hay nghi vấn, mệnh lệnh, đề nghị. <sự tường thuật>

(128) 적다 [jeokda]

ít

Số hay lượng, mức độ không đạt được đến tiêu chuẩn nhất định.

배고픈데 음식 양이 너무 적어요.

baegopeunde eumsik yangi neomu jeogeoyo.

배고프+ㄴ데 음식 양+이 너무 적+어요.
배고픈데

배고프다 : đói bụng

-ㄴ데 : Vĩ tố liên kết thể hiện việc nói trước tình huống có liên quan đến đối tượng nhằm thực hiện điều phía sau

음식 : ẩm thực, thực phẩm

양 : lượng

이 : Trợ từ (tiểu từ) thể hiện chủ thể của động tác hoặc đối tượng của trạng thái hay tình huống nào đó.

너무 : quá

적다 : ít

-어요 : (cách nói kính trọng phổ biến) Vĩ tố kết thúc câu thể hiện sự tường thuật sự việc nào đó hay nghi vấn, mệnh lệnh, đề nghị. <sự tường thuật>

(129) 낫다 [natda]

hơn, khá hơn, tốt hơn

Thứ gì đó tốt hơn thứ khác.

몸이 아플 때에는 쉬는 것이 제일 <u>나아요</u>.

momi apeul ttaeeneun swineun geosi jeil naayo.

몸+이 <u>아프</u>+[<u>르 때</u>]+에+는 쉬+[는 것]+이 제일 <u>낫(나)</u>+아요.
         아플 때에는   나아요

몸 : cơ thể, thân thể

이 : Trợ từ (tiểu từ) thể hiện chủ thể của động tác hoặc đối tượng của trạng thái hay tình huống nào đó.

아프다 : đau

-르 때 : Cấu trúc thể hiện khoảng thời gian hay thời kì mà hành động hay tình huống nào đó xảy ra hoặc trường hợp mà việc như vậy xảy ra.

에 : Trợ từ (tiểu từ) thể hiện từ ngữ phía trước là thời gian hoặc thời điểm.

는 : Trợ từ (tiểu từ) thể hiện việc đối tượng nào đó là chủ đề câu chuyện trong câu.

쉬다 : nghỉ ngơi

-는 것 : Cấu trúc dùng khi làm cho yếu tố không phải là danh từ được dùng như danh từ trong câu, hoặc làm cho có thể được dùng trước "이다".

이 : Trợ từ (tiểu từ) thể hiện chủ thể của động tác hoặc đối tượng của trạng thái hay tình huống nào đó.

제일 : thứ nhất, số một, đầu tiên

낫다 : hơn, khá hơn, tốt hơn

-아요 : (cách nói kính trọng phổ biến) Vĩ tố kết thúc câu thể hiện sự tường thuật sự việc nào đó hoặc nghi vấn, mệnh lệnh, khuyến nghị. <sự tường thuật>

(130) 분명하다 [bunmyeonghada]

rõ ràng, rành mạch

Hình ảnh hay âm thanh... không nhạt nhòa mà rõ ràng.

크고 <u>분명한</u> 목소리로 말해 주세요.

keugo bunmyeonghan moksoriro malhae juseyo.

크+고 <u>분명하</u>+ㄴ 목소리+로 <u>말하</u>+[<u>여 주</u>]+세요.
        분명한   말해 주세요

크다 : to, lớn

-고 : Vĩ tố liên kết dùng khi liệt kê hai sự việc đồng đẳng trở lên.

분명하다 : rõ ràng, rành mạch

-ㄴ : Vĩ tố khiến cho từ ngữ phía trước có chức năng định ngữ và thể hiện sự kiện hay động tác được hoàn thành thì trạng thái đó vẫn đang được duy trì.

목소리 : giọng nói, tiếng nói

로 : Trợ từ thể hiện phương pháp hay phương thức của việc nào đó.

말하다 : nói

-여 주다 : Cấu trúc thể hiện việc thực hiện hành động mà từ ngữ phía trước thể hiện vì người khác.

-세요 : (cách nói kính trọng phổ biến) Vĩ tố kết thúc câu thể hiện nghĩa giải thích, nghi vấn, mệnh lệnh, yêu cầu. <sự đề nghị>

(131) 심하다 [simhada]

nghiêm trọng

Mức độ quá thái.

감기에 심하게 걸렸어요.

gamgie simhage geollyeosseoyo.

감기+에 심하+게 걸리+었+어요.

걸렸어요

감기 : bệnh cảm

에 : Trợ từ (tiểu từ) thể hiện từ ngữ phía trước là đối tượng của hành vi hay tình cảm... nào đó.

심하다 : nghiêm trọng

-게 : Vĩ tố liên kết thể hiện vế trước trở thành mục đích hay kết quả, phương thức, mức độ của sự việc chỉ ra ở sau.

걸리다 : mắc, bị (bệnh)

-었- : Vĩ tố thể hiện tình huống mà sự kiện nào đó đã hoàn thành trong quá khứ hoặc kết quả của sự kiện đó được tiếp tục đến hiện tại.

-어요 : (cách nói kính trọng phổ biến) Vĩ tố kết thúc câu thể hiện sự tường thuật sự việc nào đó hay nghi vấn, mệnh lệnh, đề nghị. <sự tường thuật>

(132) 알맞다 [almatda]

phù hợp, thích hợp

Vừa hợp với tiêu chuẩn, điều kiện hay mức độ nhất định nên có phần không vượt quá hay thiếu.

물 온도가 목욕하기에 딱 알맞아요.

mul ondoga mogyokagie ttak almajayo.

물 온도+가 목욕하+기+에 딱 알맞+아요.

물 : nước

온도 : nhiệt độ

가 : Trợ từ (tiểu từ) thể hiện chủ thể của động tác hoặc đối tượng được đặt trong trạng thái hay tình huống nào đó.

목욕하다 : tắm, tắm rửa

-기 : Vĩ tố làm cho từ ngữ ở trước có chức năng của danh từ.

에 : Trợ từ (tiểu từ) thể hiện từ ngữ phía trước là điều kiện, môi trường, trạng thái... của cái gì đó.

딱 : đúng, vừa, chính xác

알맞다 : phù hợp, thích hợp

-아요 : (cách nói kính trọng phổ biến) Vĩ tố kết thúc câu thể hiện sự tường thuật sự việc nào đó hoặc nghi vấn, mệnh lệnh, khuyến nghị. <sự tường thuật>

(133) 적당하다 [jeokdanghada]

vừa phải, phải chăng, thích hợp

Phù hợp với mức độ, điều kiện, tiêu chuẩn.

하루 수면 시간은 일곱 시간 정도가 <u>적당해요</u>.

haru sumyeon siganeun ilgop sigan jeongdoga jeokdanghaeyo.

하루 수면 시간+은 일곱 시간 정도+가 <u>적당하+여요</u>.

적당해요

하루 : một ngày

수면 : sự ngủ

시간 : giờ, thời gian

은 : Trợ từ (tiểu từ) thể hiện việc đối tượng nào đó là chủ đề câu chuyện trong câu.

일곱 : bảy

시간 : giờ, tiếng

정도 : khoảng độ, chừng, khoảng, khoảng chừng

가 : Trợ từ (tiểu từ) thể hiện chủ thể của động tác hoặc đối tượng được đặt trong trạng thái hay tình huống nào đó.

적당하다 : vừa phải, phải chăng, thích hợp

-여요 : (cách nói kính trọng phổ biến) Vĩ tố kết thúc câu thể hiện sự tường thuật sự việc nào đó hay nghi vấn, mệnh lệnh, đề nghị. <sự tường thuật>

(134) 정확하다 [jeonghwakada]

chính xác, chuẩn xác

Đúng và xác thực.

<u>정확한</u> 한국어 발음을 하고 싶어요.

jeonghwakan hangugeo bareumeul hago sipeoyo.

<u>정확하</u>+ㄴ 한국어 발음+을 하+[고 싶]+어요.
　　정확한

정확하다 : chính xác, chuẩn xác

-ㄴ : Vĩ tố khiến cho từ ngữ phía trước có chức năng định ngữ và thể hiện sự kiện hay động tác được hoàn thành thì trạng thái đó vẫn đang được duy trì.

한국어 : Hàn ngữ, tiếng Hàn Quốc

발음 : sự phát âm, phát âm

을 : Trợ từ (tiểu từ) thể hiện đối tượng mà động tác trực tiếp ảnh hưởng đến.

하다 : làm, tiến hành

-고 싶다 : Cấu trúc thể hiện muốn thực hiện hành động mà từ ngữ phía trước thể hiện.

-어요 : (cách nói kính trọng phổ biến) Vĩ tố kết thúc câu thể hiện sự tường thuật sự việc nào đó hay nghi vấn, mệnh lệnh, đề nghị. <sự tường thuật>

(135) 중요하다 [jungyohada]

cần thiết, quan trọng, trọng yếu, cần yếu

Quý trọng và chắc chắn cần.

<u>살</u>을 <u>뺄</u> 때는 운동이 <u>중요해요</u>.

sareul ppael ttaeneun undongi jungyohaeyo.

살+을 빼+[ㄹ 때]+는 운동+이 <u>중요하</u>+여요.
　　　　뺄 때는　　　　　　중요해요

살 : thịt (người, động vật)

을 : Trợ từ (tiểu từ) thể hiện đối tượng mà động tác trực tiếp ảnh hưởng đến.

빼다 : giảm, bớt

-ㄹ 때 : Cấu trúc thể hiện khoảng thời gian hay thời kì mà hành động hay tình huống nào đó xảy ra hoặc trường hợp mà việc như vậy xảy ra.

는 : Trợ từ (tiểu từ) thể hiện việc đối tượng nào đó là chủ đề câu chuyện trong câu.

운동 : sự tập luyện thể thao

이 : Trợ từ (tiểu từ) thể hiện chủ thể của động tác hoặc đối tượng của trạng thái hay tình huống nào đó.

중요하다 : cần thiết, quan trọng, trọng yếu, cần yếu

-여요 : (cách nói kính trọng phổ biến) Vĩ tố kết thúc câu thể hiện sự tường thuật sự việc nào đó hay nghi vấn, mệnh lệnh, đề nghị. <sự tường thuật>

(136) 진하다 [jinhada]
đặc, đậm đặc

Chất lỏng không loãng, nồng độ đặc.

커피가 너무 <u>진해요</u>.

keopiga neomu jinhaeyo.

커피+가 너무 <u>진하+여요</u>.
　　　　　　　진해요

커피 : cà phê

가 : Trợ từ (tiểu từ) thể hiện chủ thể của động tác hoặc đối tượng được đặt trong trạng thái hay tình huống nào đó.

너무 : quá

진하다 : đặc, đậm đặc

-여요 : (cách nói kính trọng phổ biến) Vĩ tố kết thúc câu thể hiện sự tường thuật sự việc nào đó hay nghi vấn, mệnh lệnh, đề nghị. <sự tường thuật>

(137) 충분하다 [chungbunhada]
đủ, đầy đủ

Không thiếu thốn mà đầy đủ.

저는 이 빵 하나면 <u>충분해요</u>.

jeoneun i ppang hanamyeon chungbunhaeyo.

저+는 이 빵 <u>하나+이+면</u> <u>충분하+여요</u>.
　　　　　　하나면　　　충분해요

저 : em, con, cháu

는 : Trợ từ (tiểu từ) thể hiện việc đối tượng nào đó là chủ đề câu chuyện trong câu.

이 : này

빵 : bánh mì

하나 : một

이다 : Trợ từ vị cách thể hiện sự liệt kê các sự vật đồng thời liên kết theo quan hệ đẳng lập.

-면 : Vĩ tố liên kết thể hiện việc trở thành điều kiện hay căn cứ đối với vế sau.

충분하다 : đủ, đầy đủ

-여요 : (cách nói kính trọng phổ biến) Vĩ tố kết thúc câu thể hiện sự tường thuật sự việc nào đó hay nghi vấn, mệnh lệnh, đề nghị. <sự tường thuật>

필수(sự bắt buộc)

문법(ngữ pháp)

1. 모음 : 사람이 목청을 울려 내는 소리로, 공기의 흐름이 방해를 받지 않고 나는 소리.

nguyên âm

Âm thanh do dây thanh âm rung lên rồi bật ra, không bị cản trở bởi luồng không khí.

(1) ㅏ : 한글 자모의 열다섯째 글자. 이름은 '아'이고 중성으로 쓴다.

A

Chữ cái thứ mười lăm của bảng chữ cái tiếng Hàn. Tên gọi là ′A′ và dùng làm âm giữa.

(2) ㅑ : 한글 자모의 열여섯째 글자. 이름은 '야'이고 중성으로 쓴다.

Ya

Chữ cái thứ mười sáu của bảng chữ cái tiếng Hàn.Tên gọi là ′Ya′ và dùng làm âm giữa.

(3) ㅓ : 한글 자모의 열일곱째 글자. 이름은 '어'이고 중성으로 쓴다.

Eo

Chữ cái thứ mười bảy của bảng chữ cái tiếng Hàn. Tên gọi là ′Eo′ và dùng làm âm giữa.

(4) ㅕ : 한글 자모의 열여덟째 글자. 이름은 '여'이고 중성으로 쓴다.

Yeo

Chữ cái thứ mười tám của bảng chữ cái tiếng Hàn.Tên gọi là ′Yeo′ và dùng làm âm giữa.

(5) ㅗ : 한글 자모의 열아홉째 글자. 이름은 '오'이고 중성으로 쓴다.

o

Chữ cái thứ mười chín của bảng chữ cái tiếng Hàn.Tên gọi là ′O′ và dùng làm âm giữa.

(6) ㅛ : 한글 자모의 스무째 글자. 이름은 '요'이고 중성으로 쓴다.

Yo

Chữ cái thứ hai mươi của bảng chữ cái tiếng Hàn.Tên gọi là ′Yo′ và dùng làm âm giữa.

(7) ㅜ : 한글 자모의 스물한째 글자. 이름은 '우'이고 중성으로 쓴다.

U

Chữ cái thứ hai mươi mốt của bảng chữ cái tiếng Hàn.Tên gọi là ′U′ và dùng làm âm giữa.

(8) ㅠ : 한글 자모의 스물두째 글자. 이름은 '유'이고 중성으로 쓴다.

Yu

cái thứ hai mươi hai của bảng chữ cái tiếng Hàn.Tên gọi là ′Yu′ và dùng làm âm giữa.

(9) ㅡ : 한글 자모의 스물셋째 글자. 이름은 '으'이고 중성으로 쓴다.

Eu

Chữ cái thứ hai mươi ba của bảng chữ cái tiếng Hàn.Tên gọi là 'Eu' và dùng làm âm giữa.

(10) ㅣ : 한글 자모의 스물넷째 글자. 이름은 '이'이고 중성으로 쓴다.

I

Chữ cái thứ hai mươi bốn của bảng chữ cái tiếng Hàn.Tên gọi là 'I' và dùng làm âm giữa.

(11) ㅚ : 한글 자모 'ㅗ'와 'ㅣ'를 모아 쓴 글자. 이름은 '외'이고 중성으로 쓴다.

Oi

Chữ cái được kết hợp bởi 'ㅗ' và 'ㅣ'trong bảng chữ cái tiếng Hàn.Tên gọi là 'Oi' và dùng làm âm giữa.

(12) ㅟ : 한글 자모 'ㅜ'와 'ㅣ'를 모아 쓴 글자. 이름은 '위'이고 중성으로 쓴다.

Ui

Chữ cái được kết hợp bởi 'ㅜ' và 'ㅣ'trong bảng chữ cái tiếng Hàn.Tên gọi là 'Ui' và dùng làm âm giữa.

(13) ㅐ : 한글 자모 'ㅏ'와 'ㅣ'를 모아 쓴 글자. 이름은 '애'이고 중성으로 쓴다.

Ae

Chữ cái được kết hợp bởi 'ㅏ' và 'ㅣ'trong bảng chữ cái tiếng Hàn. Tên gọi là 'Ae' và được dùng làm âm giữa.

(14) ㅔ : 한글 자모 'ㅓ'와 'ㅣ'를 모아 쓴 글자. 이름은 '에'이고 중성으로 쓴다.

E

Chữ cái được kết hợp bởi 'ㅓ' và 'ㅣ'trong bảng chữ cái tiếng Hàn.Tên gọi là 'E' và dùng làm âm giữa.

(15) ㅒ : 한글 자모 'ㅑ'와 'ㅣ'를 모아 쓴 글자. 이름은 '얘'이고 중성으로 쓴다.

Yae

Chữ cái được kết hợp bởi 'ㅑ' và 'ㅣ'trong bảng chữ cái tiếng Hàn.Tên gọi là 'Yae' và dùng làm âm giữa.

(16) ㅖ : 한글 자모 'ㅕ'와 'ㅣ'를 모아 쓴 글자. 이름은 '예'이고 중성으로 쓴다.

Ye

Chữ cái được kết hợp bởi 'ㅕ' và 'ㅣ'trong bảng chữ cái tiếng Hàn.Tên gọi là 'Ye' và dùng làm âm giữa.

(17) ㅘ : 한글 자모 'ㅗ'와 'ㅏ'를 모아 쓴 글자. 이름은 '와'이고 중성으로 쓴다.

Wa

Chữ cái được kết hợp bởi ´ㅗ´ và ´ㅏ´trong bảng chữ cái tiếng Hàn.Tên gọi là ´Wa´ và dùng làm âm giữa.

(18) ㅝ : 한글 자모 'ㅜ'와 'ㅓ'를 모아 쓴 글자. 이름은 '워'이고 중성으로 쓴다.

Ueo

Chữ cái được kết hợp bởi ´ㅜ´ và ´ㅓ´trong bảng chữ cái tiếng Hàn. Tên gọi là ´Ueo´ và dùng làm âm giữa.

(19) ㅙ : 한글 자모 'ㅗ'와 'ㅐ'를 모아 쓴 글자. 이름은 '왜'이고 중성으로 쓴다.

Oae

Chữ cái được kết hợp bởi ´ㅗ´ và ´ㅐ´trong bảng chữ cái tiếng Hàn.Tên gọi là ´Oae´ và dùng làm âm giữa.

(20) ㅞ : 한글 자모 'ㅜ'와 'ㅔ'를 모아 쓴 글자. 이름은 '웨'이고 중성으로 쓴다.

Ue

Chữ cái được kết hợp bởi ´ㅜ´ và ´ㅔ´trong bảng chữ cái tiếng Hàn.Tên gọi là ´Ue´ và dùng làm âm giữa.

(21) ㅢ : 한글 자모 'ㅡ'와 'ㅣ'를 모아 쓴 글자. 이름은 '의'이고 중성으로 쓴다.

Eui

Chữ cái được kết hợp bởi ´ㅡ´ và ´ㅣ´trong bảng chữ cái tiếng Hàn. Tên gọi là ´Eui´ và dùng làm âm giữa.

ㅏ	ㅓ	ㅗ	ㅜ	ㅡ	ㅣ	ㅒ	ㅖ	ㅚ	ㅝ

ㅑ	ㅕ	ㅛ	ㅠ	ㅒ	ㅖ	ㅘ	ㅝ	ㅙ	ㅞ	ㅢ

ㅣ + ㅏ = ㅑ   ㅣ + ㅓ = ㅕ   ㅣ + ㅗ = ㅛ   ㅣ + ㅜ = ㅠ

ㅗ + ㅏ = ㅘ   ㅜ + ㅓ = ㅝ   ㅗ + ㅐ = ㅙ   ㅜ + ㅔ = ㅞ

ㅡ + ㅣ = ㅢ

ㅏ	ㅑ	ㅓ	ㅕ	ㅗ	ㅛ	ㅜ	ㅠ	ㅡ	ㅣ
a	ya	eo	yeo	o	yo	u	yu	eu	i

ㅐ	ㅔ	ㅒ	ㅖ	ㅙ	ㅞ	ㅚ	ㅟ	ㅘ	ㅝ	ㅢ
ae	e	yae	ye	wae	we	oe	wi	wa	wo	ui

2. 자음 : 목, 입, 혀 등의 발음 기관에 의해 장애를 받으며 나는 소리.

phụ âm
Âm của luồng hơi phát ra gặp phải sự cản trở của các cơ quan phát âm như cổ họng, môi, lưỡi v.v...

(1) ㄱ : 한글 자모의 첫째 글자. 이름은 기역으로 소리를 낼 때 혀뿌리가 목구멍을 막는 모양을 본떠 만든 글자이다.

Chữ cái đầu tiên của bảng chữ cái tiếng Hàn. Tên gọi là Gi-yeok, là chữ được tạo ra bằng cách mô phỏng hình dạng gốc lưỡi chặn ở cổ họng khi phát âm.

(2) ㄴ : 한글 자모의 둘째 글자. 이름은 '니은'으로 소리를 낼 때 혀끝이 윗잇몸에 붙는 모양을 본떠 만든 글자이다.

Chữ cái thứ hai của bảng chữ cái tiếng Hàn. Tên gọi là Ni-eun, là chữ được tạo ra bằng cách mô phỏng hình dạng đầu lưỡi chạm vào phần lợi hàm trên khi phát âm.

(3) ㄷ : 한글 자모의 셋째 글자. 이름은 '디귿'으로, 소리를 낼 때 혀의 모습은 'ㄴ'과 같지만 더 세게 발음 되므로 한 획을 더해 만든 글자이다.

Chữ cái thứ ba của bảng chữ cái tiếng Hàn.Tên gọi là Di-geut, là chữđược tạo ra bằng cách thêm một nét vào ´ㄴ´ vì hình dạng lưỡi khi phát âm giống như ´ㄴ´ nhưng được phát âm mạnh hơn.

(4) ㄹ : 한글 자모의 넷째 글자. 이름은 '리을'로 혀끝을 윗잇몸에 가볍게 대었다가 떼면서 내는 소리를 나타낸다.

Chữ cái thứ tư của bảng chữ cái tiếng Hàn. Tên gọi là Ri-eul, thể hiện âm phát ra bằng cách khẽ chạm đầu lưỡi vào lợi trên rồi tách ra.

(5) ㅁ : 한글 자모의 다섯째 글자. 이름은 '미음'으로, 소리를 낼 때 다물어지는 두 입술 모양을 본떠서 만든 글자이다.

Chữ cái thứ năm của bảng chữ cái tiếng Hàn. Tên gọi là Mi-eum, là chữ được tạo ra bằng cách mô phỏng hình dạng hai môi được khép lại khi phát âm.

(6) ㅂ : 한글 자모의 여섯째 글자. 이름은 '비읍'으로, 소리를 낼 때의 입술 모양은 'ㅁ'과 같지만 더 세게 발음되므로 'ㅁ'에 획을 더해서 만든 글자이다.

Chữ cái thứ sáu trong bảng chữ cái tiếng Hàn, có tên gọi là Bi-eup, được tạo ra bằng cách thêm nét vào chữ ´ㅁ´ vì khi phát âm hình dạng của môi giống với ´ㅁ´ nhưng lại mạnh hơn.

(7) ㅅ : 한글 자모의 일곱째 글자. 이름은 '시옷'으로 이의 모양을 본떠서 만든 글자이다.

Chữ cái thứ bảy của bảng chữ cái tiếng Hàn. Tên gọi là Si-ot, là chữ được tạo ra bằng cách mô phỏng hình dạng của răng khi phát âm.

(8) ㅇ : 한글 자모의 여덟째 글자. 이름은 '이응'으로 목구멍의 모양을 본떠서 만든 글자이다. 초성으로 쓰일 때 소리가 없다.

Chữ cái thứ tám của bảng chữ cái tiếng Hàn. Tên gọi là I-eung, là chữ được tạo ra bằng cách mô phỏng hình dạng cổ họng.Khi được dùng như âm đầu thì không phát âm.

(9) ㅈ : 한글 자모의 아홉째 글자. 이름은 '지읒'으로, 'ㅅ'보다 소리가 더 세게 나므로 'ㅅ'에 한 획을 더해 만든 글자이다.

Chữ cái thứ chín của bảng chữ cái tiếng Hàn. Tên gọi làJi-eut, là chữ được tạo ra bằng cách thêm một nét vào ´ㅅ´ do âm phát ra mạnh hơn ´ㅅ´.

(10) ㅊ : 한글 자모의 열째 글자. 이름은 '치읓'으로 '지읒'보다 소리가 거세게 나므로 '지읒'에 한 획을 더해서 만든 글자이다.

Chữ cái thứ mười của bảng chữ cái tiếng Hàn. Tên gọi là Chi-eut, là chữ được tạo thành bằng cách thêm một nét vào ´ㅈ´ do âm phát ra mạnh hơn ´ㅈ´.

(11) ㅋ : 한글 자모의 열한째 글자. 이름은 '키읔'으로 'ㄱ'보다 소리가 거세게 나므로 'ㄱ'에 한 획을 더하여 만든 글자이다.

Chữ cái thứ mười một của bảng chữ cái tiếng Hàn. Tên gọi là Khi-euk, là chữ được tạo thành bằng cách thêm một nét vào 'ㄱ' do âm phát ra mạnh hơn ´ㄱ´.

(12) ㅌ : 한글 자모의 열두째 글자. 이름은 '티읕'으로, 'ㄷ'보다 소리가 거세게 나므로 'ㄷ'에 한 획을 더하여 만든 글자이다.

Chữ cái thứ mười hai của bảng chữ cái tiếng Hàn. Tên gọi là Thi-eut, là chữ được tạo thành bằng cách thêm một nét vào 'ㄷ' do âm phát ra mạnh hơn ´ㄷ´.

(13) ㅍ : 한글 자모의 열셋째 글자. 이름은 '피읖'으로, 'ㅁ, ㅂ'보다 소리가 거세게 나므로 'ㅁ'에 획을 더하여 만든 글자이다.

Chữ cái thứ mười ba của bảng chữ cái tiếng Hàn.Tên gọi là Pi-eup, là chữ được tạo thành bằng cách thêm nét vào 'ㅁ' do âm phát ra mạnh hơn 'ㅁ, ㅂ'.

(14) ㅎ : 한글 자모의 열넷째 글자. 이름은 '히읗'으로, 이 글자의 소리는 목청에서 나므로 목구멍을 본떠 만든 'ㅇ'의 경우와 같지만 'ㅇ'보다 더 세게 나므로 'ㅇ'에 획을 더하여 만든 글자이다.

Chữ cái thứ mười bốn của bảng chữ cái tiếng Hàn.
Tên gọi là Hi-eut, là chữ được tạo thành bằng cách thêm nét vào ´ㅇ´, vì âm của chữ cái này phát ra từ thanh quản nên giống với trường hợp ´ㅇ´ được tạo ra do mô phỏng cổ họng nhưng phát âm mạnh hơn ´ㅇ´.

(15) ㄲ : 한글 자모 'ㄱ'을 겹쳐 쓴 글자. 이름은 쌍기역으로, 'ㄱ'의 된소리이다.

Chữ cái viết gấp đôi chữ ´ㄱ´ trong bảng chữ cái tiếng Hàn. Tên gọi là Ssang-gi-yeok và là âm căng của ´ㄱ´.

(16) ㄸ : 한글 자모 'ㄷ'을 겹쳐 쓴 글자. 이름은 쌍디귿으로, 'ㄷ'의 된소리이다.

Chữ cái viết ghép đôi chữ ´ㄷ´ trong bảng chữ cái tiếng Hàn. Tên gọi là Ssang-di-geut và là âm căng của ´ㄷ´.

(17) ㅃ : 한글 자모 'ㅂ'을 겹쳐 쓴 글자. 이름은 쌍비읍으로, 'ㅂ'의 된소리이다.

Chữ cái viết gấp đôi chữ ´ㅂ´ trong bảng chữ cái tiếng Hàn. Tên gọi là Ssang-bi-eup và là âm căng của ´ㅂ´.

(18) ㅆ : 한글 자모 'ㅅ'을 겹쳐 쓴 글자. 이름은 쌍시옷으로, 'ㅅ'의 된소리이다.

Chữ cái viết gấp đôi từ chữ ´ㅅ´ trong bảng chữ cái tiếng Hàn. Tên gọi là Ssang-si-ot và là âm căng của ´ㅅ´.

(19) ㅉ : 한글 자모 'ㅈ'을 겹쳐 쓴 글자. 이름은 쌍지읒으로, 'ㅈ'의 된소리이다.

Chữ cái viết gấp đôi chữ ´ㅈ´ trong bảng chữ cái tiếng Hàn. Tên gọi là Ssang-ji-eut và là âm căng của ´ㅈ´.

ㄱ	ㄴ	ㄷ	ㄹ	ㅁ	ㅂ	ㅅ	ㅇ	ㅈ	ㅊ	ㅋ	ㅌ	ㅍ	ㅎ
g,k	n	d,t	r,l	m	b,p	s	ng	j	ch	k	t	p	h

ㄲ	ㄸ	ㅃ	ㅆ	ㅉ
kk	tt	pp	ss	jj

ㄱ	ㄴ	ㄷ	ㄹ	ㅁ	ㅂ	ㅅ	ㅇ	ㅈ			ㅎ
ㅋ		ㅌ			ㅍ			ㅊ			
ㄲ		ㄸ			ㅃ	ㅆ		ㅉ			

3. 음절 : 모음, 모음과 자음, 자음과 모음, 자음과 모음과 자음이 어울려 한 덩어리로 내는 말소리의 단위.

âm tiết

Đơn vị của lời nói mà nguyên âm, nguyên âm và phụ âm, phụ âm và nguyên âm, phụ âm và nguyên âm và phụ âm kết hợp tạo ra một khối.

1) 모음(nguyên âm)

　　예 (ví dụ cụ thể) : 아, 어, 오, 우⋯⋯⋯

2) 자음(phụ âm) + 모음(nguyên âm)

　　예 (ví dụ cụ thể) : 가, 도, 루, 슈⋯⋯⋯

3) 모음(nguyên âm) + 자음(phụ âm)

　　예 (ví dụ cụ thể) : 악, 얌, 임, 윤⋯⋯⋯

4) 자음(phụ âm) + 모음(nguyên âm) + 자음(phụ âm)

　　예 (ví dụ cụ thể) : 각, 남, 당, 균⋯⋯⋯

	ㄱ	ㄴ	ㄷ	ㄹ	ㅁ	ㅂ	ㅅ	ㅇ	ㅈ	ㅊ	ㅋ	ㅌ	ㅍ	ㅎ
ㅏ	가	나	다	라	마	바	사	아	자	차	카	타	파	하
ㅓ	거	너	더	러	머	버	서	어	저	처	커	터	퍼	허
ㅗ	고	노	도	로	모	보	소	오	조	초	코	토	포	호
ㅜ	구	누	두	루	무	부	수	우	주	추	쿠	투	푸	후
ㅡ	그	느	드	르	므	브	스	으	즈	츠	크	트	프	흐
ㅣ	기	니	디	리	미	비	시	이	지	치	키	티	피	히
ㅐ	개	내	대	래	매	배	새	애	재	채	캐	태	패	해
ㅔ	게	네	데	레	메	베	세	에	제	체	케	테	페	헤
ㅚ	괴	뇌	되	뢰	뫼	뵈	쇠	외	죄	최	쾨	퇴	푀	회
ㅟ	귀	뉘	뒤	뤼	뮈	뷔	쉬	위	쥐	취	퀴	튀	퓌	휘
ㅑ	갸	냐	댜	랴	먀	뱌	샤	야	쟈	챠	캬	탸	퍄	햐
ㅕ	겨	녀	뎌	려	며	벼	셔	여	겨	쳐	켜	텨	펴	혀
ㅛ	교	뇨	됴	료	묘	뵤	쇼	요	죠	쵸	쿄	툐	표	효
ㅠ	규	뉴	듀	류	뮤	뷰	슈	유	쥬	츄	큐	튜	퓨	휴
ㅒ	걔	냬	댸	럐	먜	뱨	섀	얘	쟤	챼	컈	턔	퍠	햬
ㅖ	계	녜	뎨	례	몌	볘	셰	예	졔	쳬	켸	톄	폐	혜
ㅘ	과	놔	돠	롸	뫄	봐	솨	와	좌	촤	콰	톼	퐈	화
ㅝ	궈	눠	둬	뤄	뭐	붜	숴	워	줘	춰	쿼	퉈	풔	훠
ㅙ	괘	놰	돼	뢔	뫠	봬	쇄	왜	좨	쵀	쾌	퇘	퐤	홰
ㅞ	궤	눼	뒈	뤠	뭬	붸	쉐	웨	줴	췌	퀘	퉤	풰	훼
ㅢ	긔	늬	듸	릐	믜	븨	싀	의	즤	츼	킈	틔	픠	희

4. 품사 : 단어를 기능, 형태, 의미에 따라 나눈 갈래.

từ loại
Sự phân loại được chia theo chức năng, hình thái, ý nghĩa.

• 체언 : 문장에서 명사, 대명사, 수사와 같이 문장의 주어나 목적어 등의 기능을 하는 말.

thể từ
Từ có chức năng làm chủ ngữ hay tân ngữ ...trong câu, như danh từ, đại từ, số từ.

• 용언 : 문법에서, 동사나 형용사와 같이 문장에서 서술어의 기능을 하는 말.

Vị từ
Từ có chức năng vị ngữ trong câu như động từ hay tính từ, trong ngữ pháp.

1) 본용언 : 문장의 주체를 주되게 서술하면서 보조 용언의 도움을 받는 용언.

vị từ chính
Vị từ chủ yếu miêu tả chủ thể của câu đồng thời được tu sức bởi trợ vị từ.

2) 보조 용언 : 본용언과 연결되어 그 뜻을 보충해 주는 용언.

Vị từ bổ trợ
Vị từ liên kết với vị từ chính và bổ sung ý nghĩa cho vị từ chính đó.

• 수식언 : 문법에서, 관형어나 부사어와 같이 뒤에 오는 체언이나 용언을 꾸미거나 한정하는 말.

từ tu sức, thành phần bổ nghĩa
Từ ngữ bổ nghĩa hay hạn định cho thể từ hay vị từ đứng sau, như định ngữ hay trạng ngữ trong ngữ pháp.

---

1. 명사 : 사물의 이름을 나타내는 품사.

danh từ
Từ loại thể hiện tên của sự vật.

2. 대명사 : 다른 명사를 대신하여 사람, 장소, 사물 등을 가리키는 낱말.

đại từ
Từ chỉ sự vật, nơi chốn, người thay cho một danh từ khác.

3. **수사** : 수량이나 순서를 나타내는 말.

số từ
Từ thể hiện số lượng hay thứ tự.

4. **동사** : 사람이나 사물의 움직임을 나타내는 품사.

động từ
Từ loại thể hiện sự chuyển động của người hay sự vật.

5. **형용사** : 사람이나 사물의 성질이나 상태를 나타내는 품사.

Tính từ
Từ loại thể hiện tính chất hay trạng thái của con người hay sự vật.

• **활용** : 문법적 관계를 나타내기 위해 용언의 꼴을 조금 바꿈.

Chia(vị từ)
Việc thay đổi một chút hình thái của vị từ để diễn tả quan hệ ngữ pháp.

1) **규칙 활용** : 문법에서, 동사나 형용사가 활용을 할 때 어간의 형태가 변하지 않고 일반적인 어미가 붙어 변화하는 것.

chia theo quy tắc
Trong ngữ pháp, hình thái của căn tố không thay đổi khi chia động từ hay tính từ, mà sẽ được gắn thêm vào vĩ tố thông thường và thay đổi.

2) **불규칙 활용** : 문법에서, 동사나 형용사가 활용을 할 때 어간의 형태가 변하거나 예외적인 어미가 붙어 변화하는 것.

Chia bất quy tắc
Trong ngữ pháp, việc động từ hay tính từ biến đổi do hình thái của căn tố biến đổi khi chia hoặc do gắn kèm vĩ tố ngoại lệ vào.

활용(Chia(vị từ)) 형태(hình thức)	어간(thân từ) + 어미(vĩ tố)	불규칙(sự bất quy tắc) 부분(bộ phận)	불규칙 용언 (Vị từ bất quy tắc)
물어	묻- + -어	묻- → 물-	싣다, 붇다, 일컫다⋯
지어	짓- + -어	짓- → 지-	젓다, 붓다, 잇다⋯
누워	눕- + -어	눕- → 누우	줍다, 굽다, 깁다⋯
흘러	흐르- + -어	흐르- → 흘ㄹ	부르다, 타오르다, 누르다⋯
하얘	하양- + -아	-얗어- → 얘	빨갛다, 까맣다, 뽀얗다⋯

1) **어간** : 동사나 형용사가 활용할 때에 변하지 않는 부분.

thân từ
Phần không biến đổi khi chia động từ hay tính từ.

2) **어미** : 용언이나 '-이다'에서 활용할 때 형태가 달라지는 부분.

vĩ tố
Phần có hình thái biến đổi khi chia ở vị từ hay "이다".

① **어말 어미** : 동사, 형용사, 서술격 조사가 활용될 때 맨 뒤에 오는 어미.

vĩ tố cuối từ
Vĩ tố ở sau cùng khi chia động từ, tính từ, trợ từ vị cách.

㉠ **종결 어미** : 한 문장을 끝맺는 기능을 하는 어말 어미.

vĩ tố kết thúc câu
Vĩ tố có chức năng kết thúc một câu.

㉡ **전성 어미** : 동사나 형용사의 어간에 붙어 동사나 형용사가 명사, 관형사, 부사와 같은 다른 품사의 기능을 가지도록 하는 어미.

Vĩ tố chuyển loại
vĩ tố gắn vào căn tố của động từ hay tính từ, làm cho động từ hay tính từ có chức năng của từ loại khác như danh từ, định từ, phó từ.

㉢ **연결 어미** : 어간에 붙어 다음 말에 연결하는 기능을 하는 어미.

vĩ tố liên kết
Vĩ tố gắn vào căn tố ,có chức năng liên kết với vế sau.

② **선어말 어미** : 어말 어미 앞에 놓여 높임이나 시제 등을 나타내는 어미.

vĩ tố tiền kết thúc
Vĩ tố được đặt ở trước vĩ tố kết thúc câu để thể hiện sự tôn trọng hay thì...

어미 (vĩ tố)				예 (ví dụ cụ thể)	
어말 어미 (vĩ tố cuối từ)	종결 어미 (vĩ tố kết thúc câu)	서술형 (sự tường thuật)		-다, -네, -ㅂ니다/습니다…	
		의문형 (Dạng nghi vấn)		-는가, -니, -ㄹ까…	
		감탄형 (dạng cảm thán)		-구나, -네…	
		명령형 (dạng mệnh lệnh)		-(으)세요, -어라/-아라/-여라	
		청유형 (Dạng đề nghị)		-자, -ㅂ시다/-읍시다, -세…	
	연결 어미 (vĩ tố liên kết)			-고, -며/으며, -지만, -거나, -어서, -려고/-으려고, -면/-으면…	
	전성 어미 (Vĩ tố chuyển loại)	명사형 어미 (vĩ tố dạng danh từ)		-ㅁ/-음, -기	
		관형사형 어미 (vĩ tố dạng định ngữ)	과거 (quá khứ)	-ㄴ/-은	
			현재 (hiện tại)	-는	
			미래 (tương lai)	-ㄹ/-을	
			중단/반복 (sự đình chỉ/sự lặp lại)	-던	
		부사형 어미 (vĩ tố dạng phó từ)		-게, -도록, -듯이, -이	
선어말 어미 (vĩ tố tiền kết thúc)	주체(Chủ thể) 높임(kính ngữ)			-시-/-으시-	
	시제 (thời, thì)		과거 (quá khứ)	-았-/-었-/-였-	
			현재 (hiện tại)	-ㄴ-/-는-	
			미래 (tương lai)	-ㄹ-/-을-	
			회상 (sự hồi tưởng)	-더-	

6. 관형사 : 체언 앞에 쓰여 그 체언의 내용을 꾸며 주는 기능을 하는 말.

định từ
Từ được dùng trước thể từ, có chức năng bổ nghĩa cho nội dung của thể từ đó.

7. 부사 : 주로 동사나 형용사 앞에 쓰여 그 뜻을 분명하게 하는 말.

phó từ
Từ chủ yếu được dùng trước động từ hay tính từ, làm rõ nghĩa của chúng.

8. 조사 : 명사, 대명사, 수사, 부사, 어미 등에 붙어 그 말과 다른 말과의 문법적 관계를 표시하거나 그 말의 뜻을 도와주는 품사.

trợ từ
Từ loại gắn vào danh từ, đại từ, số từ, phó từ, vĩ tố··· để biểu thị quan hệ ngữ pháp của từ đó với từ khác hoặc bổ nghĩa cho từ đó.

1) 격 조사 : 명사나 명사구 뒤에 붙어 그 말이 서술어에 대하여 가지는 문법적 관계를 나타내는 조사.

trợ từ cách
Trợ từ gắn vào sau danh từ hoặc danh ngữ, thể hiện quan hệ ngữ pháp của từ ngữ đó với vị ngữ.

① 주격 조사 : 문장에서 서술어에 대한 주어의 자격을 표시하는 조사.

trợ từ chủ cách
Trợ từ biểu thị tư cách của chủ ngữ đối với vị ngữ trong câu.

② 목적격 조사 : 문장에서 서술어에 대한 목적어의 자격을 표시하는 조사.

trợ từ tân cách
Trợ từ biểu thị tư cách của tân ngữ đối với vị ngữ trong câu.

③ 서술격 조사 : 문장 안에서 체언이나 체언 구실을 하는 말 뒤에 붙어 이들을 서술어로 만드는 격 조사.

trợ từ vị cách
Trợ từ cách gắn vào thể từ hoặc gắn sau một ngữ đóng vai trò thể từ trong câu, làm cho nó có vai trò của vị ngữ diễn tả sự vận động, trạng thái, tính chất... của chủ ngữ.

④ 보격 조사 : 문장 안에서, 체언이 서술어의 보어임을 표시하는 격 조사.

trợ từ bổ cách
Trợ từ cách biểu thị thể từ là bổ ngữ của vị ngữ trong câu.

⑤ 관형격 조사 : 문장 안에서 앞에 오는 체언이 뒤에 오는 체언을 꾸며 주는 구실을 하게 하는 조사.

trợ từ định cách
Trợ từ làm cho thể từ đứng trước đóng vai trò bổ nghĩa cho thể từ đứng sau trong câu.

⑥ 부사격 조사 : 문장 안에서, 체언이 서술어에 대하여 장소, 도구, 자격, 원인, 시간 등과 같은 부사로서의 자격을 가지게 하는 조사.

trợ từ trạng cách
Trợ từ làm cho thể từ có tư cách của trạng từ chỉ nơi chốn, dụng cụ, tư cách, nguyên nhân, thời gian… đối với vị ngữ trong câu.

⑦ 호격 조사 : 문장에서 체언이 독립적으로 쓰여 부르는 말의 역할을 하게 하는 조사.

trợ từ hô cách
Trợ từ làm cho thể từ được dùng độc lập trong câu và đóng vai trò của lời gọi.

2) 보조사 : 체언, 부사, 활용 어미 등에 붙어서 특별한 의미를 더해 주는 조사.

trợ từ bổ trợ
Trợ từ gắn với thể từ, phó từ, vĩ tố... và bổ sung ý nghĩa đặc biệt.

3) 접속 조사 : 두 단어를 이어 주는 기능을 하는 조사.

trợ từ liên kết
Trợ từ có chức năng liên kết hai từ lại.

격 조사 (trợ từ cách)	주격 조사 (trợ từ chủ cách)	이/가, 께서, 에서
	목적격 조사 (trợ từ tân cách)	을/를
	보격 조사 (trợ từ bổ cách)	이/가
	부사격 조사 (trợ từ trạng cách)	에, 에서, 에게, 한테, 께, (으)로, (으)로서, (으)로써, 와/과, 하고, (이)랑, 처럼, 만큼, 같이, 보다
	관형격 조사 (trợ từ định cách)	의
	서술격 조사 (trợ từ vị cách)	이다
	호격 조사 (trợ từ hô cách)	아, 야, 이시여
보조사 (trợ từ bổ trợ)	은/는, 만, 도, 까지, 부터, 마저, 조차, 밖에⋯	
접속 조사 (trợ từ liên kết)	와/과, 하고, (이)랑, (이)며	

9. **감탄사** : 느낌이나 부름, 응답 등을 나타내는 말의 품사.

từ cảm thán
Từ loại của từ thể hiện cảm giác hay gọi, đáp lời...

5. 문장 성분 : 주어, 서술어, 목적어 등과 같이 한 문장을 구성하는 요소.

Thành phần câu
Yếu tố cấu thành một câu như chủ ngữ, vị ngữ, tân ngữ...

1. **주어** : 문장의 주요 성분의 하나로, 주로 문장의 앞에 나와서 동작이나 상태의 주체가 되는 말.

Chủ ngữ
Là một thành phần chính của câu, chủ yếu đứng ở đầu câu, trở thành chủ thể của hành động hay trạng thái.

1) 체언 + 주격 조사 : thể từ + trợ từ chủ cách

2) 체언 + 보조사 : thể từ + trợ từ bổ trợ

2. **목적어** : 타동사가 쓰인 문장에서 동작의 대상이 되는 말.

tân ngữ
Thành phần trở thành đối tượng của hành động trong câu có ngoại động từ được dùng.

1) 체언 + 목적격 조사 : thể từ + trợ từ tân cách
2) 체언 + 보조사 : thể từ + trợ từ bổ trợ

3. **서술어** : 문장에서 주어의 성질, 상태, 움직임 등을 나타내는 말.

vị ngữ
Thành phần biểu thị tính chất, trạng thái, sự chuyển động của chủ ngữ trong câu văn.

1) 용언 종결형 : Vị từ Dạng kết thúc

2) 체언 + 서술격 조사 '이다' : thể từ + trợ từ vị cách '이다'

4. **보어** : 주어와 서술어만으로는 뜻이 완전하지 못할 때 보충하여 문장의 뜻을 완전하게 하는 문장 성분.

bổ ngữ
Thành phần câu bổ sung và làm cho nghĩa của câu được hoàn chỉnh khi nghĩa không hoàn chỉnh nếu chỉ có chủ ngữ và vị ngữ.

1) 체언 + 보격 조사 : thể từ + trợ từ bổ cách

2) 체언 + 보조사 : thể từ + trợ từ bổ trợ

5. **관형어** : 체언 앞에서 그 내용을 꾸며 주는 문장 성분.

định ngữ
Thành phần câu trước thể từ, bổ nghĩa cho nội dung của thể từ đó.

1) 관형사 : định từ

2) 체언 + 관형격 조사 '의' : thể từ + trợ từ định cách '의'

3) 용언 어간 + 관형사형 어미 '-은/ㄴ, -는, -을/ㄹ, -던'

: Vị từ thân từ + vĩ tố dạng định ngữ '-은/ㄴ, -는, -을/ㄹ, -던'

6. **부사어** : 문장 안에서, 용언의 뜻을 분명하게 하는 문장 성분.

trạng ngữ
Thành phần câu làm rõ nghĩa của vị từ trong câu.

1) 부사 : phó từ

2) 부사 + 보조사 : phó từ + trợ từ bổ trợ

3) 용언 어간 + 부사형 어미 : Vị từ thân từ + vĩ tố dạng phó từ '-게'

7. **독립어** : 문장의 다른 성분과 밀접한 관계없이 독립적으로 쓰는 말.

từ độc lập
Từ sử dụng một cách độc lập không có quan hệ chặt chẽ với thành phần khác của câu.

1) 감탄사 : từ cảm thán

2) 체언 + 호격 조사 : thể từ + trợ từ hô cách

6. 어순 : 한 문장 안에서 주어, 목적어, 서술어 등의 문장 성분이 나오는 순서.

trật tự từ

Thứ tự xuất hiện các thành phần câu như chủ ngữ, tân ngữ, vị ngữ... trong một câu.

1) 주어 + 서술어(자동사)

   Chủ ngữ + vị ngữ(nội động từ)

   예(ví dụ cụ thể) : 바람이 불어요.

2) 주어 + 서술어(형용사)

   Chủ ngữ + vị ngữ

   예(ví dụ cụ thể) : 날씨가 좋아요.

3) 주어 + 서술어(체언+서술격 조사 '이다')

   Chủ ngữ + vị ngữ(thể từ+ trợ từ vị cách '이다')

   예(ví dụ cụ thể) : 이것이 책상이다.

4) 주어 + 목적어 + 서술어(타동사)

   Chủ ngữ + tân ngữ + vị ngữ(ngoại động từ)

   예(ví dụ cụ thể) : 친구가 밥을 먹어요.

5) 주어 +목적어 + 필수 부사어 + 서술어(타동사)

   Chủ ngữ + tân ngữ + sự bắt buộc trạng ngữ + vị ngữ(ngoại động từ)

   예(ví dụ cụ thể) : 어머니께서 나에게 용돈을 주셨다.

1) <u>체언(명사/대명사/수사)이/가</u> + <u>형용사 어간어미</u>
     \<주어\>   \<서술어\>

2) <u>체언이/가</u> + <u>체언을/를</u> + <u>타동사 어간어미</u>
   \<주어\>   \<목적어\>   \<서술어\>

7. 띄어쓰기: 글을 쓸 때, 각 낱말마다 띄어서 쓰는 일. 또는 그것에 관한 규칙.

viết cách

Việc viết cách từng từ khi viết văn. Hoặc quy tắc liên quan đến điều đó.

1) 체언조사 (띄어쓰기) 용언 어간어미

thể từtrợ từ (viết cách) Vị từ thân từvĩ tố

예(ví dụ cụ thể) : 밥을 (viết cách) 먹어요

2) 관형사 (띄어쓰기) 명사

định từ (viết cách) danh từ

예(ví dụ cụ thể) : 새 (viết cách) 옷

3) 용언 어간관형사형 어미(-은/-는/-을/-ㄴ/-ㄹ/-던) (띄어쓰기) 명사

Vị từ thân từvĩ tố dang định ngữ (viết cách) danh từ

예(ví dụ cụ thể) : 기다리는 (viết cách) 사람 / 좋은 (viết cách) 사람

4) 형용사 어간부사형 어미(-게) (띄어쓰기) 용언 어간어미

Tính từ thân từvĩ tố dạng phó từ(-게) (viết cách) Vị từ thân từvĩ tố

예(ví dụ cụ thể) : 행복하게 (viết cách) 살자

5) 명사인 (띄어쓰기) 명사

danh từ인 (viết cách) danh từ

예(ví dụ cụ thể) : 대학생인 (viết cách) 친구

8. 문장 부호 : 문장의 뜻을 정확히 전달하고, 문장을 읽고 이해하기 쉽도록 쓰는 부호.

dấu câu
Kí hiệu dùng để truyền đạt một cách chính xác nghĩa của câu văn và để dễ đọc, dễ hiểu câu văn.

1) 마침표 (.) : 문장을 끝맺거나 연월일을 표시하거나 특정한 의미가 있는 날을 표시하거나 장, 절, 항 등을 표시하는 문자나 숫자 다음에 쓰는 문장 부호.

dấu chấm
Dấu kết thúc câu, hoặc biểu thị ngày tháng năm hay ngày có ý nghĩa đặc biệt, hoặc dùng sau chữ hay số biểu thị chương, điều, mục…

2) 물음표 (?) : 의심이나 의문을 나타내거나 적절한 말을 쓰기 어렵거나 모르는 내용임을 나타낼 때 쓰는 문장 부호.

dấu hỏi
Dấu câu dùng khi thể hiện sự nghi ngờ hay nghi vấn, hoặc thể hiện nội dung không biết hay khó viết thành lời phù hợp.

3) 느낌표 (!) : 강한 느낌을 표현할 때 문장 마지막에 쓰는 문장 부호 '!'의 이름.

dấu cảm, dấu chấm than
Tên gọi của dấu câu "!" dùng ở cuối câu khi thể hiện cảm xúc mạnh mẽ.

4) 쉼표 (,) : 어구를 나열하거나 문장의 연결 관계를 나타내는 문장 부호.

dấu phẩy
Dấu câu thể hiện quan hệ liên kết của câu hoặc liệt kê từ ngữ.

5) 줄임표 (……) : 할 말을 줄였을 때나 말이 없음을 나타낼 때에 쓰는 문장 부호.

dấu chấm lửng, dấu ba chấm
Dấu câu dùng khi rút gọn lời nói hoặc khi thể hiện không có lời.

< 참고(sự tham khảo) 문헌(tư liệu) >

고려대학교 한국어대사전, 고려대학교 민족문화연구원, 2009
우리말샘, 국립국어원, 2016
표준국어대사전, 국립국어원, 1999
한국어교육 문법 자료편, 한글파크, 2016
한국어 교육학 사전, 하우, 2014
한국어기초사전, 국립국어원, 2016
한국어 문법 총론 Ⅰ, 집문당, 2015

HANPUK

한국어 동사 290 형용사 137 tiếng Việt(việc biên dịch)

발 행 | 2024년 6월 11일
저 자 | 주식회사 한글2119연구소
펴낸이 | 한건희
펴낸곳 | 주식회사 부크크
출판사등록 | 2014.07.15.(제2014-16호)
주 소 | 서울특별시 금천구 가산디지털1로 119 SK트윈타워 A동 305호
전 화 | 1670-8316
이메일 | info@bookk.co.kr

ISBN | 979-11-410-8877-4

www.bookk.co.kr